BÌNH PHẠM

TẤT CẢ, CHỈ CÒN NỖI NHỚ

Bút ký

Nhân Ảnh 2025

TẤT CẢ,
CHỈ CÒN NỖI NHỚ
Bút ký: Bình Phạm

Bìa: Uyên Nguyên Trần Triết
Tranh bìa: Hồ Mộng Nhã Uyển
Biên tập: Nguyễn Luc Việt Khôi
Dàn trang: Đỗ Huỳnh Đăng Ngọc
ISBN: 979-8-3485-1717-5
Nhân Ảnh 2025

Vài dòng về tác giả:

- **Tên khai sinh:** Phạm Thị Bình
- **Bút hiệu:** Bình Phạm
- **Năm sinh:** 05-05-1956
- **Nơi sinh:** Sơn Khương, Quế Sơn, Quảng Nam
- **Dạy học:** Trường Quế Phong 1, Quế Sơn, Quảng Nam-Đà Nẵng (1978-1980)
- **Học vấn:** 7 năm Đại học tại trường Đại học Laval, Québec, QC, Canada
- **Hiện nay:** Sống và viết tại Montréal, Québec, Canada
- **Tác phẩm đã xuất bản:** Tất Cả, Chỉ Còn Nỗi Nhớ, NXB Nhân Ảnh 2025
- **Tác phẩm sẽ xuất bản:** Tất Cả, Chỉ Còn Nỗi Nhớ (tập 2), NXB Nhân Ảnh

TẤT CẢ,

CHỈ CÒN NỖI NHỚ

Đời người ai cũng có những trải nghiệm buồn, vui, tôi không ngoại lệ. Có những kỷ niệm, chỉ còn nỗi nhớ, luôn bám víu suốt cuộc đời tôi.

Những ngày tháng thanh bình trên quê, miền trung du Trung Phước, nơi đó, có những chuỗi ngày yên ấm bên gia đình, niềm vui, hạnh phúc của tuổi thơ tôi ẩn hiện trong ký ức, luôn nao nức quay về.

Những nỗi buồn đau in sâu trong hồn qua cơn xoáy lốc lịch sử mà gia đình tôi đã vượt qua, không làm sao quên được.

Những thương tích tâm hồn của trẻ thơ, chứng kiến trong những ngày đầu của cuộc chiến tranh dã man, máu và nước mắt của đồng bào đã thấm sâu trong hồn tôi, lòng yêu thương đồng loại đã hình thành một cách rõ ràng trong tôi từ dạo đó. Tôi thù ghét chiến tranh!

Những khoảnh khắc chứng kiến dưới bom đạn, nỗi lo âu, sợ hãi trong đêm lửa trại, những câu chuyện kể của Cô giáo về gia đình Cô trong Tết Mậu Thân, đã để lại vết sẹo trong lòng tôi.

Những tàn ác, láo khoét, chia lìa sau ngày ly loạn, làm tôi mất niềm tin, còn đâu nữa sự tin yêu giữa tình bè bạn, còn đâu nữa ba yếu tố cơ bản của học đường thuở xưa: Dân tộc - Nhân bản - Khai phóng, đã ăn sâu vào tâm trí, nuôi dưỡng tâm hồn tôi, hình thành lý tưởng và hoài bão trong tôi.

Những hãi hùng, tuyệt vọng của chúng tôi trong đêm bão tố ở chiếc thuyền nhỏ mỏng manh trên biển cả, bốn mươi bốn năm trong cuộc sống lưu vong trên xứ người, với biết bao trầm buồn lạc lõng, cơ cực với cơm áo gạo tiền. Tất cả gom lại, đánh đổi lòng nhớ thương, yêu Quê Hương mỏi mòn chờ đợi trong tôi.

Những kỷ niệm này, từ lâu, tôi muốn ghi lại dưới những bài bút ký, mục đích để cho các em, con, cháu biết về cuộc đời của Ông Bà, Cha Mẹ, Anh Chị, Bà Con đã trải qua trong thời gian nhiễu nhương của đất nước.

Lòng ao ước viết, luôn thôi thúc trong tôi, cuộc sống quá bận rộn, trăm điều lo toan bao quanh, chưa làm được những gì mình mong ước. Thế rồi một sự tình cờ đã đến, đọc được bài viết của giáo sư Nguyễn Đại Hoàng, bình luận về thơ Phương Tấn, một nhà thơ, nhà văn, nhà báo nổi tiếng, người con tài giỏi của Đà Nẵng. Hai chữ Đà Nẵng, đánh động sự tò mò và tôi đã đọc. Qua bài bình của giáo sư, và bài thơ của Phương Tấn, lòng tràn đầy cảm kích, lần đầu tiên tôi đặt bút viết cảm nhận của mình trong Facebook của giáo sư Nguyễn Đại Hoàng.

Qua các bạn của anh Phương Tấn cùng những người thân quen, được biết anh là người tài đức vẹn toàn, hiền lành, đôn hậu, dễ gần, giỏi mà không kiêu. Tôi bắt đầu tìm đọc thơ văn Phương Tấn trên trang Facebook của anh. Càng đọc, tôi càng thấy thơ văn Phương Tấn hay quá, ý tình sâu thẳm, rất nhiều điều ẩn ý trong đó. Bài nào cũng bao trùm hoài bão, lý tưởng, tình yêu Tổ Quốc, nghĩa đồng bào đầy ắp trong hồn anh. Bài nào tôi đọc, cũng thấy gần gũi, dường như đa phần anh nói hộ cho tôi. Cảm xúc dâng tràn, tôi viết và gửi vào Facebook của anh.

Có một hôm, nhận được tin nhắn, anh muốn phỏng vấn tôi, và tôi đã đồng ý, sau đó nhận thêm tin nhắn: "Bình, em có năng khiếu bẩm sinh về Văn cũng như Thơ. Ơn trên đã cho em, em không dùng, em sẽ mang tội với Cha Mẹ và Ơn Trên". Tôi giật mình về câu nói này, vì Thầy dạy Văn của tôi năm lớp Tám và lớp Chín đã nói những câu tương tự như thế, thầy Nguyễn Văn Ngọc, bút hiệu Nguyễn Đông Giang, bạn thân với nhà thơ Luân Hoán.

Được gặp anh Phương Tấn, tôi xem đây, sự trùng hợp ngẫu nhiên, dường như Ơn Trên sắp đặt, từ một sự tình cờ đưa đến một sự bất ngờ: Tôi được viết những gì tôi ao ước bấy lâu nay.

Bình Phạm

(Montréal, 30-12-2024)

HẠNH PHÚC SAU CƠN LỐC

Mẹ tôi, người phụ nữ chịu thương, chịu khó, mồ côi mẹ từ nhỏ, lặn lội ngược xuôi, nuôi người em trai mười ba tuổi nên người.

Nhờ Ơn Trên đưa đẩy Ba Mẹ tôi mới đến được với nhau. Ba Mẹ đồng cảnh ngộ, cả hai đều mồ côi mẹ, nuôi em khôn lớn, cả hai thân cò lặn lội sớm hôm, chăm chút làm ăn, cả hai không có tình cảm gì với nhau, qua một việc hiểu lầm, để rồi hai bên Nội, Ngoại, bàn bạc với nhau và đưa đến ngày trọng đại: Thành Hôn.

Ba không thương Mẹ, Mẹ không thương Ba, cả hai bị ép buộc lấy nhau, vì Nội thấy Ba đưa một lá thư cho Mẹ, nghĩ rằng Ba Mẹ có tư tình với nhau, thật ra lá thư đó, Ba gởi cho một người bạn trên Khánh Bình nhờ Mẹ chuyển hộ.

Một ngày trước đám cưới, Mẹ tôi bỏ nhà ra đi, vì không chấp nhận cuộc hôn nhân ép buộc này. Nào ngờ, khi trốn đi, Mẹ gặp người Bác, đang trên đường về Trung Phước để dự đám cưới của Mẹ. Ông Bác hỏi Mẹ đi đâu đó, Mẹ nêu lý do là đi mua hàng để có bán sau ngày cưới. Lý do này không thuyết phục được ông, vì quá vô lý, ngày mai là ngày nhóm họ rồi, thế là Mẹ đành phải quay về cùng Bác. Cuối cùng thì cây đã nở hoa. Đóa hoa đầu tiên là cô con gái, tôi được nâng niu cả hai bên Nội Ngoại. Từ đó, tôi là sợi dây cột chặt Ba Mẹ tôi trong mối tình đầu.

Ba Mẹ kính yêu

Những buổi sáng tinh sương trên miền trung du Trung Phước, trong khi Mẹ qua Nông Sơn buôn bán, tôi cùng Ba trên chiếc ghe con, lượn sóng trên sông Thu Bồn êm ả đùa vui cùng con nước. Chiều về, trên lưng Nội rong chơi đây đó. Tuổi thơ tôi, ôi! Một thời tươi đẹp, quê hương thanh bình, người người hạnh phúc.

Rồi năm 1963 ập đến, Mẹ ngập tràn nước mắt, tưởng đâu Ba tôi đi mãi không về. Mẹ vừa sinh em gái trong khi Ba vắng nhà, tôi, đứa bé con mới bảy tuổi, chỉ biết lén Mẹ ngồi khóc, cầu xin Chúa đem Ba về cho gia đình.

Ba và con gái rượu hối hả về nhà
(Hình minh họa)

Ba tôi ra Đà Nẵng, ghé nhà thương Phaolo khám bệnh, sau đó về Trà Kiệu, La Tháp, thăm bà con và bạn bè. Lúc đó, đúng vào thời gian đảo chánh Tổng Thống Ngô Đình Diệm, ngày 01-11-1963, có một số sinh viên ở Sài Gòn về, trong đó có một người ở quê tôi, đã đến nhà đập bàn, nạt nộ ông Nội, bảo phải giao ra số tiền hai triệu đồng mà Ba đã nhận của ông Ngô Đình Nhu để mua Đinh và bao bố, rồi bắt những người

Phật Giáo, đóng đinh trên đầu họ, bỏ bao, thả trôi sông. Họ đặt điều nói ác cho Ba Mẹ. Nội tôi phải cúi đầu nuốt nước mắt trước sự dọa dẫm, cáo buộc của người sinh viên như con cháu mình. Họ đào xới chung quanh nhà, đang lúc có rất nhiều thợ làm cau khô tại nhà tôi, ai cũng ngơ ngác, rồi chẳng có ai dám bén mảng tới nữa. Nội thương Mẹ lắm, bảo tôi không được khóc trước mặt Mẹ, vì Mẹ mới sinh em bé, sợ Mẹ uất quá sẽ bị sản hậu. Đi học về, thấy Mẹ khóc, tôi ra bụi chuối ngồi khóc một mình. Họ còn nói Ba tôi bị bắn chết ở trạm Nam Phước, Ba mặc bộ đồ bà ba đen, đi trên chiếc xe Jeep cùng với bác Điểu. Mẹ tôi tin ngay, vì Mẹ vừa gởi bác Điểu đem xuống cho Ba bộ đồ bà ba đen. Mẹ ôm con thơ vừa lọt lòng, khóc ngày, khóc đêm. Tội Mẹ lắm!

Người sinh viên đến nhà vu oan, giá họa cho gia đình tôi, lúc bấy giờ và bây giờ, những người lớn tuổi ở quê tôi ai cũng biết cả. Nội kêu trời không thấu. Gia đình buồn bã, đớn đau, láng giềng xa lánh. Ai đã gieo ra nông nỗi này?

Một buổi chiều, tôi đang nhảy cò cò với bạn dưới dốc bà Kiều, trên dầu dốc, Ba lững thững đi xuống. Ô kìa! Ai giống Ba quá, tôi reo lên trong vui mừng. Cặp da cố hữu trong tay, trong mỗi lần đi đây, đi đó. Tôi ào chạy tới la lên "Ba vẫn còn sống sao?". Ba hỏi lại "Ai nói Ba không còn sống?". Tôi liền đáp lời "Mọi người đều nói vậy đó Ba". Nghe vậy, Ba dẫn tôi hối hả về nhà.

Đêm đó, Nội, Ba Mẹ và tôi cười vui trong hạnh phúc.

(Montréal, 01-11-2023)

KỶ NIỆM NÀO: TRUNG PHƯỚC, BA, NỘI VÀ TÔI

Nhà tôi bên cạnh một giòng sông
Thu Bồn, yên ả lững lờ trôi
Làn nước trong xanh bao quanh ghềnh đá
Trung Phước hiền hoà, yên ấm, những ngày xưa.

Cùng với Ba những ngày nắng hạ
Chèo ghe qua bãi Đại Bường
Tập thể dục: yêu thích của Ba
Tôi lân la rong chơi bắt ốc.

Bãi cát lài bên bờ sông sỏi đá
Nước trong veo, ấm mát vô cùng
Nhìn thấu suốt, viên cuội tròn, dài, dẹp
Mỗi lần qua, một túi đem về.

Là con đầu của gia đình
Hưởng trọn tình yêu
Của Nội, của Ba, của Mẹ
Nội yêu thương luôn ấp ủ bên mình.

Nghe Nội nói, lúc tôi mới lọt lòng
Trong bọc điều rất đỗi ngạc nhiên
Tôi muốn ra mà Mẹ nào hay biết
Nên Mẹ ngồi, bầm tím cả đôi chân.

Đã trong bọc, còn lại ra ngược nữa
Y Tá trong làng, làm Mụ đỡ Mẹ tôi
Bọc nhô ra, ông liền tay xé vội
Ngạc nhiên nhiều, chẳng có tiếng oa oa.

Hết đống khăn, sao vẫn cứ im lìm
Ngỡ tôi chết, liền quay sang lo Mẹ
Nội sờ tôi, lên tiếng bất thình lình
"Cháu còn ấm, cứu cháu dùm anh nhé."

Ông Y Tá sờ vào trong túi áo
Rút khăn mình, hút nước mũi cho tôi
Oa! Oa! Oa! Nội, Mẹ, Ba mừng rỡ
Tôi chào đời với tiếng khóc bi ai.

Rồi từ đó, Nội tôi thường uốn nắn
Chân cong vòng, trong bọc ối khi xưa
Khi đi được, vài bước đầu lững chững
Nội tôi mừng đến nỗi cả quên ăn.

Nội tôi đó! Tôi yêu thương nhiều lắm
Suốt mấy năm trường luôn ở cạnh Nội tôi.
Ăn, ngủ, vui chơi, cùng với Nội
Nội là trên hết, của tuổi thơ tôi.

Đêm về Nội kể chuyện
Những câu chuyện
Không bao giờ dứt
Rồi những đêm dài
Nội dìu tôi
Qua mấy bài tính nhẩm.

Mới tám tuổi đầu,
Cộng đến sáu số không
Nội khoe Ba
Ba không tin, mới đố
Đếm gói này
Xem thử được bao nhiêu?

Nội bảo tôi: "Đếm kỹ nghe con"
Ra sức đếm, đếm mãi khôn cùng
Lòng tự hỏi sao mà nhiều đến thế
Rốt cuộc rồi, đống giấy cũng đà xong.

Một triệu Ba ơi, thế có đúng không?
Ba vò đầu, khen tôi giỏi lắm
Nội tươi cười lộ hẳn cả niềm vui.

Cõng trên lưng, ra quán cóc bên đường.
Chai xá xị, thưởng liền ngay tại chỗ
Với bị kẹo đầy, dịu ngọt thơm ngon.

Nội rót rượu, một chung nho nhỏ
Thấy khác của mình, phụng phịu với Nội tôi
"Xá xị này, con không muốn nữa
Muốn thứ gì giống của Nội đó thôi"

Nội không cho, tôi lại dỗi hờn
Liền lúc đó bưng ly của Nội
Một hơi liền, sao đắng quá, Nội ơi!
Nội sảng hồn, lo lắng xót xa.

Tôi khóc, kêu la
Nội lại rối bời.

Bạn bè Nội
Xầm xì lo lắng.

Cuối cùng rồi
Cũng đến tai Ba.

Ba giận quá
La một hồi với Nội.

Nội nói rằng
Từ giã rượu hôm nay.

Nội tôi đó, nói là làm được
Bỏ rượu rồi, chỉ uống xá xị thôi
Ôi! Tôi yêu Nội biết mấy cho vừa.

(Montréal, 22-02-2024)

Sông Thu Bồn quê tôi
(Người chụp: Phùng Thị Kim Hương)

Một mảng của sông Thu Bồn
(Người chụp: Phùng Thị Kim Hương)

Ông và cháu gái trong quán cóc bên đường
(Hình minh họa)

Bến đò Trung Phước
(Người chụp: Vân Nguyễn)

KỶ NIỆM ĐẦU ĐỜI VỚI NỘI TÔI

Lúc năm tuổi, Nội dẫn tôi đi học
Ông Giáo làng ra đón cháu cùng ông
Nội hay dặn: "Cháu tôi còn nhỏ lắm
Có việc gì, đừng đánh cháu tôi đau."

Rồi một hôm, tôi bị quỳ suốt buổi
Vì bạn bè lôi cuốn, kéo tôi theo
Vừa đến nhà, mếu máo với Nội tôi
"Đầu gối con đau, tím bầm quá đỗi"
Nội âm thầm, đổi trường khác cho tôi.

Qua Thầy bên, đường hơi xa một chút
Đến nhà Thầy, phải lội một đường mương
Đường qua mương, mương rộng, đỉa ngập tràn
Qua không được, tôi cam đành đứng khóc.

Nội kiếm người, mỗi sáng cõng tôi qua
Có những lúc, anh Ba (*) buồn không giúp
Vì tôi cùng, em anh ấy không vui
Cứ thế, anh xuống mương mà quậy
Đỉa lên nhiều, anh ấy mới ngừng chơi.

Chạy đến trường, anh bỏ mặc kệ tôi
Cố bấm bụng, chạy ào qua bên đó
Nào ngờ đâu, hai con đỉa bám rồi
Quá hoảng loạn, tôi vừa gào vừa khóc
Chạy đến trường mà lòng sợ điếng run.

Hai con đỉa
Hút máu tôi no tròn, khi đến lớp
Thầy Giáo làng, lấy tơi nón đắp vô.

Ngày hôm đó, trở về trong tiếng nấc
Nội tôi buồn, nên mới nói với tôi:
"Để ông qua xin con vào lớp một
Trường cạnh nhà, con học thử xem sao".

Nào ngờ đâu, năm tuổi đời lớp một
Học một lèo lên đến hết lớp hai
Ngày hai buổi cùng bạn bè đến lớp
Buổi chiều về, tôi theo nội rong chơi.

Nội chèo ghe qua phía Đại Bường (**)
Mua trái thật nhiều, Nội mới chở về theo
Gói ghém yêu thương trải dày trên quả, trái
Nào Trụ, Cam, Bòng, Thanh Trà...
Ôi! đủ thứ
Một tủ đầy, Nội dành đấy cho tôi.

Mỗi giờ chơi, hay rủ bạn về nhà
Ăn vã trái cây, nói cười rôm rả
Bạn bè yêu, vẫn nhớ mãi ngày nào
Giờ không biết, ai còn ai đã mất?

Nội tôi đó, lắm điều tôi muốn nói
Nói làm sao mới vét sạch được lòng
Tôi nhớ Nội, lệ tràn đầy khoé mắt
Xa Nội rồi, thương nhớ Nội, Nội ơi!

(*) Anh Ba, con bác Hai Giây. (Anh vẫn còn trên Quê, tôi vừa gặp lại anh qua messenger)

(**) Đại Bường: Đại Bình

(Montréal, 05-05-2023)

Ngày đầu đi học
(Hình minh họa)

Bòn Bon, vườn ông Bảy ở làng Đại Bình
(Người chụp: Nguyễn Lê Đức)

Ông và cháu trên sông Thu Bồn
(Người chụp: Phùng Thị Kim Hương)

Đại Bình: Trái cây sạch và con đường làng
(Người chụp: Phùng Thị Kim Hương)

TRUNG THU, KÝ ỨC TUỔI THƠ

Từ khi bắt đầu có trí khôn, ông Nội thường kể về đêm trăng tròn tháng tám của năm nào. Nội nói với tôi không bao giờ Nội quên được đêm hôm ấy.

Mẹ tôi vẫn đi chợ buôn bán bình thường, chớm chiều Mẹ thấy trong người hơi mệt và rồi mẹ thấy đau bụng, không đau nhiều và hình như có cái gì hơi cồm cộm khi Mẹ ngồi. Cái bụng thì lum lúp, không lớn mấy, Mẹ tự hỏi không lẽ nào đứa con đầu lòng muốn ra đời đêm nay.

Lần đầu tiên trong đời, không có một chút kinh nghiệm, hiểu biết nào về thai nghén, Mẹ hơi lo và rồi cơn đau một lúc một dữ dội hơn, Nội biết là Mẹ sắp lâm bồn, nhưng ở miền Trung Du này chưa có Cô Mụ nào cả, chỉ có một người y tá duy nhất là ông Tạ Sung. Làm sao bây giờ, bà Nội thì mất sớm, còn ông Nội thì đâu biết gì. Nội quýnh quá, liền chạy đi mời ông Y Tá.

Khi ông đến, Mẹ vừa đau, lại vừa lo, lo là vì không thể nào để ông này trở thành "Ông Mụ" cho mình đêm nay được, xấu hổ lắm, run sợ quá, chưa biết tính sao, cơn đau lại ập đến, đành phó mặc cho Chúa an bài.

Vừa lúc đó một cái bọc trắng hồng thấp thoáng ló ra, ông

Y Tá lần đầu gặp phải cảnh này nên áy náy, lo lắng lắm, và rồi cái bọc đã nhú ra ngoài sau một cơn đau thất kinh hồn vía của Mẹ và nhờ vào đôi bàn tay khéo léo của "ông Mụ" khi ông cảm nhận được hai chân của đứa bé trong bọc ối, ông từ từ lôi nhẹ cái bọc ra, vội vàng xé bọc, đứa bé nhỏ lắm, hai chân quấn vào nhau, miệng mũi đứa bé đầy nước, ông nói với Ba và ông Nội, mau mau kiếm cho ông thật nhiều khăn tay, xé đại mấy cái áo cũ, cắt làm những cái khăn nhỏ. Ông lấy miệng hút nước trong mũi, miệng của bé ra, hết một đống khăn mà bé vẫn nín thinh, ông nói không thể nào cứu được đứa bé, đành chịu thua. Ông đặt đứa bé sang chiếc giường bên cạnh và vội vã lo cho Mẹ của bé.

Nội thấy tội quá cho đứa cháu gái đầu, nội cứ sờ hai chân, hai tay của đứa nhỏ, vẫn còn thấy hơi ấm tỏa ra. Nội đánh liều kêu cứu với ông Tạ Sung "Anh ơi, cháu tôi còn âm ấm, anh thử thêm một lần nữa đi anh". Ông Y Tá rút chiếc khăn trong túi ra và thử lần cuối, nào ngờ, tiếng trẻ khóc oe, oe. Đứa trẻ được sinh ra vào đêm trăng rằm tháng tám năm đó, chính là tôi, người được ông Nội và Ba Mẹ dồn tất cả yêu thương.

Nghe Ba Mẹ kể, thời xưa, khi con cái được sinh ra, các bậc cha mẹ không làm khai sinh liền cho con của họ, có khi cả năm sau mới chọn ngày làm giấy tờ, thường thì chọn ngày sao cho dễ nhớ. Ba cũng không ngoại lệ, chọn ngày 05 tháng 05 cho tôi, thay vì 19 tháng 09.

Từ khi có trí khôn, học lớp một, tôi đã có những ngày Trung Thu mà không thể nào quên được khi còn ở miền trung du Trung Phước. Cứ mỗi năm vào ngày rằm tháng tám âm lịch, trên bàn trong nhà có rất nhiều kẹo bánh, con nít mà, thấy kẹo bánh thì thòm thèm, tôi hay cạy thùng để ăn vụng và Nội, là người luôn luôn đồng lõa với tôi (cháu gái đầu tiên mà, Nội luôn chiều chuộng), thế là Nội khui ra lấy một ít cho tôi nếm trước. Ba hay dặn dò, không được đụng vào, tối rước đèn Trung Thu xong, sẽ tập trung tại sân trường tiểu học, nhận quà rồi mới được ăn. Về đến nhà thấy còn nhiều bánh kẹo quá, thì ra Ba và Nội mua thêm cho tôi trong ngày Sinh của mình. Năm nào cũng vậy, ngày hôm sau lại rủ bạn về nhà, tha hồ ăn vặt.

Rước đèn trên đường quê
(Hình minh họa)

Nhớ mãi có một năm, trong đêm Trung Thu đó, chúng tôi có một cái bánh Ú, bánh Ú có lẽ làm trước đó mấy ngày nên bị thiu, thế là trẻ con chúng tôi, vừa cầm đèn , vừa hát "Trung Thu năm nay bánh Ú thiu òm." Các anh, chị, em , bạn bè trên Trung Phước hẳn còn nhớ đêm Trung Thu năm ấy.

Từ ngày Ba rời xa cõi tạm này, không còn ai nhắc đến ngày Trung Thu của tôi nữa. Có chăng, khi nghe nhắc đến hai chữ Trung Thu, Mẹ sực nhớ đến ngày sinh của đứa con gái đầu lòng, rồi miên man kể lại chuyện ngày hôm đó. Như hôm qua, tôi gợi lại trí nhớ của Mẹ: " Mẹ ơi! Mẹ còn nhớ ngày Tết Trung Thu không Mẹ?". Mẹ lại say sưa kể chuyện Trung Thu năm đấy cho tôi nghe. Mẹ nói kể từ đó về sau, Mẹ không bao giờ gặp ông Tạ Sung nữa, dị òm à. Ôi! thương Mẹ tôi quá, giờ Mẹ bắt đầu quên quên, nhớ nhớ rồi.

Trung Thu năm nay, con nhớ Nội và Ba lắm, Nội và Ba có biết không? Nước mắt con lại lăn tròn…

(Montréal, Trung Thu 2023)

CẢNH LỤT NĂM THÌN LUÔN BÁM VÍU ĐỜI TÔI

Mỗi năm, vào tháng chạp, nhìn cơn mưa bão ở miền Trung, cảnh lụt năm Thìn, năm 1964 lại về trong ký ức tôi.

Lụt Giáp Thìn (1964), sông nước mênh mông
(Ảnh lấy trên Google)

Năm Thìn, tôi, con bé, 8 tuổi vừa vô lớp ba, đã chứng kiến trong đêm, tiếng rên, khóc, kêu, la cầu cứu của những người mắc trên ngọn tre, trên những nóc nhà xung quanh nhà tôi, và trên những mái nhà tranh, đang trôi xuống từ thượng nguồn.

Gia đình tôi may mắn thoát chết trong đêm, nhờ di tản kịp thời đến Cơ quan của làng ở một đồi cao. Suốt đêm đó, không một ai ngủ, trừ mấy em nhỏ, tôi vẫn thức trắng với gia đình đêm ấy. Ba tôi cùng mấy chú, mấy bác lấy củi nhóm đốt thâu đêm.

Bất thình lình nghe có giọng cầu xin: "Bà con ơi, cho tôi ăn với, tôi đói quá!" Mới đầu, tưởng có ai đó giỡn chơi, nhưng không, từ phía bờ sông, có một người dắt theo con trâu, lững thững đi vào. Quần áo của ông ướt nhẹp, nước mắt lăn tròn trên má. Mẹ tôi vội vàng lấy ít gạo sống đưa cho ông nhai đỡ đói và nhường chỗ cho ông sưởi ấm.

Thì ra, gia đình ông gồm có bốn người, khi thấy nước sông dâng cao trên chỗ tạm trú, ông lấy ghe, chở gia đình với ít lúa gạo, định di tản nơi khác. Vừa xô ghe định chèo đi, bà con ở đó ào ra, nhảy hết lên ghe muốn đi cùng.

Ghe chìm lỉm, vợ và một đứa con không biết bơi, bị nước cuốn đi, ông ôm được đứa con nhỏ, cố gắng bơi, bỗng nhiên có con trâu trờ tới, ông nắm được sợi dây mũi, ông và đứa con trèo lên lưng trâu, lấy sợi dây quấn ngang mình hai cha con, và cùng con trâu trôi theo dòng nước lũ.

Một lúc sau gặp dòng nước xoáy, nhận chìm cả người và trâu, lúc trồi lên, đứa con đã tuột mất.

Ông và con trâu ngụp lặn trôi theo dòng nước, đến khi con trâu thấy ánh lửa của chúng tôi, nó bơi vô và đã cứu sống ông. Ông vừa kể, vừa khóc ngất, làm ai cũng mũi lòng chảy nước mắt theo ông.

Sáng ra, đứng ở Cơ quan của làng nhìn ra sông, thấy cây cối, trâu bò, nhà cửa, những mái nhà tranh có người ngồi hai bên nóc đang trôi xuống rất nhiều.

Bất thình lình, nhìn thấy gia đình đứa bạn cùng lớp, đang trôi xuống. Quang cảnh rất gần, nên nhìn thấy rõ mồn một. Ba của Diện đang ôm một đứa con, ngồi trên nóc nhà bên phải, Mẹ của Diện ôm một đứa ngồi bên trái. Ba nó nhìn thấy Ba tôi và kêu cứu: "Phước ơi, cứu tau với ". Ba tôi lấy ghe định chèo ra, Mẹ và bà con hàng xóm níu ghe lại và họ nói: "Chú ra vài thước là ghe lật úp rồi, còn đâu mà cứu, chú cũng bị nước cuốn chết thôi".

Chờ đợi trong tuyệt vọng
(Hình lấy trên Google)

Thế rồi, mọi người cùng nhau theo dõi mái nhà tranh, đang trôi nhanh, trên đó có 4 người ngồi ở hai bên nóc nhà. Đến chỗ nước xoáy, mái nhà bị rút xuống, khi trồi lên, chỉ còn thấy hai vợ chồng, trôi thêm đoạn nữa, nhận chìm mái nhà lần thứ hai, khi trồi lên chỉ còn người chồng, lần thứ ba thì chỉ còn mái nhà đang trôi nhanh trên dòng nước chảy xiết.

Con Diện, bạn thân của tôi, Ba nó bạn thân Ba tôi, cả gia đình họ chết tức tưởi từng người trước mắt chúng tôi. Hỏi làm sao tôi quên được cảnh này. Ôi! Còn cảnh nào buồn đau và khiếp sợ hơn! Ba tôi khóc nhiều lắm, cả tôi cũng vậy.

Khi nước mấp mé đến Cơ quan của làng, Ba nói với Mẹ tôi: "phải lên gò, nhà ông Trùm Sao cao hơn, chứ ở đây chết mất". Ông Trùm Sao là bạn thân của ông Nội. Ông Nội, Ba Mẹ và 4 đứa con liền trèo đồi, lên nhà ông Trùm Sao xin tá túc.

Nơi đây rất đông người, nằm ngồi la liệt trong nhà. Thấy không còn chỗ, ông Trùm Sao nhường cho gia đình tôi một cái giường. Ôi! ơn ông, gia đình tôi xin ghi nhớ mãi.

Sau khi nước rút, cả làng chỉ còn lại hơn trăm gia đình sống sót. Tôi được biết cô giáo Khánh của tôi, cùng Mẹ và mấy đứa con cô đã bị nước cuốn trôi trong cơn lũ lụt này, duy nhất chồng cô, thầy Nguyện dạy lớp nhì còn sống sót, vì thời gian này, Thầy Nguyện đi công việc ở Sài Gòn.

Lớp học không còn nữa, các bạn đều bị nước cuốn trôi, chỉ còn một số ít sống sót. Tôi nhớ cô Khánh và Trinh, con gái cô vô cùng.

Nước dâng nhanh, chờ cứu giúp
(Hình minh họa)

Nhớ mãi ngày thầy Nguyện từ Sài Gòn về, trên đầu quấn miếng vải trắng, tay cầm khúc củi làm gậy, lững thững đi tìm xác Mẹ, xác vợ, xác các con.

Thầy Nguyện ghé nhà tôi như người mất hồn, vừa trông thấy Ba tôi, Thầy khóc và nói:

- Anh Ba ơi, Mẹ em, vợ em, con em, bị nước cuốn trôi cả rồi, mà em chưa tìm được xác.

Cả gia đình tôi, ai cũng thấy mủi lòng và nước mắt tuôn rơi trước tình cảnh của Thầy.

Nước dâng cao, đồng bào di tản
(Hình minh họa)

Tôi con bé hay sợ ma, sợ người chết, vậy mà một mực đòi theo Mẹ, theo Ba sau những ngày nước vừa rút. Ba tôi đi phụ giúp bươi, đào tìm xác của những người thân quen.

Đi với Mẹ về hướng Nông Sơn, dọc đường thấy chó đào bươi trong bùn đất, những cánh tay, chân trồi lên khỏi mặt đất. Tôi sợ quá, níu chặt tay Mẹ, Mẹ liền nhờ chú Hậu dẫn tôi về ngay.

Về nhà, thấy Ba chuẩn bị đi ra ngoài, tôi xin Ba cho tôi đi theo, Ba dắt tôi đi xuống dốc bà Nguyệt, trên hàng rào kẽm gai, Diện, đứa bạn thân cùng lớp, đang nằm vắt vẻo trên đó, không một mảnh vải che thân. Ôi! Thật là khủng khiếp.

Qua cơn lũ, làng xóm tiêu điều, xác xơ, người người đói rét. Nhờ vào những miếng cơm cháy phơi khô của Mẹ, đã mua lại ở mỏ than Nông Sơn để dành cho heo ăn vào mùa mưa, chính những miếng cơm cháy này đã cứu biết bao nhiêu gia đình lúc đó.

Mẹ tôi, người đàn bà chịu thương, chịu khó, giỏi giang, học đủ nghề để mưu sinh cho gia đình. Nhờ vậy, mấy chum mắm ruốc Mẹ làm, sau khi nước rút, chỉ nghiêng đổ nước ngập ra, hớt bỏ mặt trên, chia nhau cho từng gia đình quanh xóm, chúng tôi ăn cơm cháy ngâm nước, nấu lại thành cơm với ruốc Mẹ làm, ôi sao ngon thế, tôi vẫn luôn nhớ mãi những bữa cơm này.

Từ đó, khi thấy cảnh nước lụt, thêm ám ảnh cảnh lênh đênh trên biển cả, lòng tôi sợ hãi lắm, mỗi lần nhớ đến, nước mắt lại tuôn trào.

Hồi tôi học ở đại học Laval, mỗi tuần tắm piscine 2-3 lần, nhảy xuống bơi đủ 60 vòng rồi lên. Có một hôm, tôi đang bơi, bỗng dưng nhớ lại cảnh gặp bão trên biển cả mênh mông, với những con sóng cao, tay chân tôi cứng đơ và chìm lỉm, người coi piscine phải kéo tôi vô. Sau đó bị lặp lại vài lần như thế, từ đó tôi xa rời pisscine và không còn đi bơi nữa.

Cơn lụt năm Thìn luôn ám ảnh suốt đời tôi.

Nhà thơ Tường Linh đã sáng tác bài thơ "Thảm nạn quê hương" đến tận bây giờ nhiều người vẫn còn thuộc lòng bài thơ này.

THẢM NẠN QUÊ HƯƠNG

Không còn gì nữa cả
Không còn gì nữa cả em ơi!
Một tháng quê hương không bóng mặt trời
Một tháng quê hương mưa gào gió thét
Đất Quảng thân yêu người người rên siết
Sáu mươi năm lại đến "họa năm Thìn"
Thảm nạn này biết thuở nào quên!
Biết thuở nào quên!

Một tối nước lên, nước tràn lên khủng khiếp
Cả ngàn người, cả vạn người không chạy kịp
Nước réo ầm ầm át tiếng kêu la
Chới với. Ngửa nghiêng. Người cuốn theo nhà
Nhà theo sóng. Người không thấy nữa

Nhìn con trôi, mắt cha máu ứa
Ngoi lên, tay vợ níu lưng chồng
Rồi hai người thành hai xác giữa mênh mông
Tấp vào bờ thây của người ông
Giữ xác cháu, hàm răng ghim áo cháu

Nhà có mười người, hết đường phấn đấu
Sợi dây dài vội vã thắt tay nhau
Cây nước tràn lên, cây nước phủ đầu
Một "dây xác" trôi về đâu, ai biết…

Còn bao cảnh não nùng, bi thiết
Nói không cùng, ghi chẳng hết em ơi!
Đất Quảng quê ta chết bốn ngàn người
Kể chung miền Trung còn hơn thế nữa!

Người sống sót không còn nhà cửa
Không áo cơm, khô cả lệ thông thường
Cắn vành môi nhìn lại một quê hương
Bỗng run sợ tưởng đây miền địa ngục
Quê hương ta: một hình hài ngã gục
Cà Tang ơi, Trung Phước, Đại Bình ơi!
Đông An, Bình Yên… nước xóa cả rồi
Đá núi lấp đồng, bùn sông lấp xóm

Mưa vẫn còn rây trên quê hương ảm đạm
Đồng hoang vu còn giữ những thây người
Những thây người! Không đếm hết, em ơi!
Em hãy ghi: Ngày mùng 6 tháng 10
Năm âm lịch Giáp Thìn, em nhé!
Ngày giỗ quê hương, dù bao thế hệ
Thảm nạn này biết thuở nào quên
Xót thương về, em hãy đốt hương lên!"

(Montréal 27-12-2023)

CHIẾN TRANH VÀ TUỔI THƠ TÔI

1.

Một buổi tối, thấy mọi người ai cũng vừa đi, vừa chạy, thật vội vã trên đường trước mặt nhà tôi. Không bao lâu sau, từng đoàn lính Nghĩa Quân, Địa Phương Quân tiến về hướng mỏ than Nông Sơn.

Trong đêm rút quân này, chú Hậu chạy vội vào nhà nói với Mẹ:

- Chị Hai nói anh Ba đi lên Cà-Tang, Nông Sơn liền trong đêm nay, tụi em rút quân, bỏ ngõ Trung Phước rồi.

Mẹ liền trả lời:

- Anh Ba và chú Nam vừa đi rồi em.

Chú Hậu, người chú tôi rất thương yêu, chú được Nội thương xót đem về nuôi trong một chuyến đi công việc ở làng Bến Dầu, Nội thấy chú vất vưởng trên đường, mồ côi cha mẹ, cả hai đều chết trong chiến tranh.

Nội thấy chú ốm quá, gầy tong teo, mủi lòng liền hỏi chú có muốn về sống với Nội không, thêm vào đó, bạn bè của Nội, ai cũng nói hãy làm phước, đem chú ấy về nuôi, Chú rất hiền từ, chịu thương, chịu khó, nên ai cũng mến.

Thế rồi, Nội âm thầm dẫn chú về nhà. Thoạt thấy, Mẹ nói với Nội tôi:

- Con ai mà ốm quá, Cha đem về rủi nó chết thì sao?

Nội trả lời:

- Sợ nó chết, Cha mới đem về đây.

Và từ đó, chú ở lại với gia đình tôi, giúp những việc vặt cho Mẹ trong công việc buôn bán. Chú Hậu càng lớn, càng lanh lẹ, khi thấy chú thông thạo, làm được việc Mẹ nhờ, Mẹ bắt đầu âm thầm trả lương cho Chú.

Tôi có rất nhiều kỷ niệm với chú Hậu. Mẹ tôi sắm cho chú chiếc xe Goebel, chú chế ra hai cái giỏ hai bên để chở hàng cho Mẹ. Tôi là con bé được chú bế bỏ vào giỏ, ngồi lọt thỏm trong đó, chú chở đi chơi hoặc những ngày nghỉ học, được theo chú lên Nông Sơn chơi với Mẹ.

Có một hôm, trời mưa to, gió lớn, gió lồng vào nhà, đúng lúc chú Hậu mở cái rương, gió hất tiền tung toé bay đầy nhà. Tôi, con bé tí xíu, hối hả chạy đi lượm tiền và trao lại cho Chú. Ngay lúc đó, Ba tôi vừa bước vô cửa, thấy tiền rơi khắp nơi, mới hỏi:

- Tiền đâu mà nhiều rứa?

Chú trả lời:

- Chị Hai cho em.

Ba về hỏi Mẹ, Mẹ trả lời:

- Tiền đó, tôi trả lương cho em, để mai nầy, em có tiền mà cưới vợ.

Đến khi chú trưởng thành, Mẹ là người mai mối đi hỏi vợ cho chú. Khi chú đến tuổi động viên, chú vào lính Nghĩa Quân.

Tuổi thơ trong chiến tranh

(Hình minh họa)

2.

Sáng sớm hôm sau, nhìn qua bên kia đường, thấy cô Bốn, em gái Ba đang quét sân, Cô ngoắc tôi qua và nói nhỏ:

- Về nói với ông Nội, "họ" đã về ở trên đồi, sau lưng nhà con nhiều lắm.

Tôi liền chạy về nhà báo tin cho Nội biết. Nội bảo tôi chạy qua trường Tiểu Học Sơn Khương bên cạnh nhà và nói với cô Hòe sửa soạn gấp, để cùng tôi lên Cà-Tang kiếm chú Nam và Ba trên đó. Cô Hòe là vợ chú Nam, sau 1964, chú về làm Hiệu Trưởng ở trường này. Chú Nam và Ba đã đi lên Cà-Tang đêm hôm trước.

Nội đã làm sẵn cái gùi nhỏ đưa cho tôi và bảo mau sang nhà cô Hoè và đi cùng với Cô. Thấy tôi, Cô liền nói:

- Thằng Bảo bị đau bụng không đi bộ được, giờ chừ Cô không biết làm sao đây?

Tôi liền thưa: "Cô đưa con cõng em Bảo cho, còn Cô bồng em Thủy". Và rồi, hai cô cháu vội vã ra đi.

Tôi mới 8 tuổi đầu, đã nếm mùi di tản. Lưng cõng em Bảo, tay dắt em Hoàng, em trai mới 4 tuổi đầu, cổ tôi đeo gùi quần áo, hối hả đi tìm Ba Mẹ và chú Nam.

Sáng hôm đó, Mẹ vẫn soạn hàng lên Nông Sơn bán, khi chúng tôi ra đi, Mẹ vẫn chưa về nhà.

Chúng tôi đi đến Cầu Cao, gặp Mẹ đang đi về. Thấy chúng tôi, Mẹ bảo đi nhanh lên, Ba và chú Nam sẽ đón trên đó.

Ôi! Cuộc đời tôi đã biết thế nào là di tản trong chiến tranh.

3.

Khi chiến sự im ắng, thỉnh thoảng Ba về thăm nhà. Có hai lần Ba tôi xém chết.

Một lần, Ba vừa về đến nhà, bộ đội ập vô nhà rượt bắn. Nhanh chân, Ba chạy ra bờ sông và nhảy ùm xuống nước, lặn, hụp, bơi, tránh núp dọc bờ sông Thu Bồn và đã đến Cà-Tang an toàn.

Lần thứ hai, Ba bị bắt ở Cà-Tang. Lúc hai bên bắn nhau dữ dội, Ba và cả nhà Ngoại núp dưới hầm, khi mọi người không còn nghe tiếng súng, lọt tọt từ dưới hầm bò lên đi ngủ lại, thì họ đấm cửa xông vô, trói hai tay Ba. Thấy họ mặc đồ rằn ri của lính Quốc Gia. Ba nói với họ:

- Tôi là người của Quốc Gia.

Đến khi nghe họ nói giọng Bắc, nhìn xuống chân, thấy họ mang dép râu, lúc đó Ba tôi nghĩ "thôi rồi…".

Cùng với đoàn người bị bắt trong đêm, Họ dẫn đến cầu Cao, cho dừng lại, ngồi chờ ở đó. Ba bị trói hai tay ở sau lưng, Ba tôi cố lắc bàn tay để móc cái bóp trong túi quần phía sau, rồi lấy tay cào đất để chôn cái bóp xuống đó. Khi có hỏa châu bắn lên, họ cho đi tiếp, nhờ có hỏa châu chiếu sáng, Ba thấy được đoạn đường đang đi, ông biết sắp đến một khúc cua, Ba có ý định chạy trốn, nên ông nói:

- Bà con ơi chạy nhanh lên, không thôi máy bay sẽ thấy mình. Mấy ông bắt mình, mình không chết, nếu máy bay bắn chết, thì ức lắm.

Sau đó, Ba tôi tranh thủ chạy nhanh về phía trước, chờ cho hỏa châu tắt, đúng lúc đến khúc cua, Ba nhảy nhanh xuống hố rất nhẹ nhàng, đồng thời cùng lúc ông hốt hoảng khi nghe một tiếng bịch sau lưng mình. Ông quay lại nhìn, thấy có một người mặc bộ đồ bà ba trắng, đến gần thì thấy bác Nhất, bạn của Ba. Khi Bác thấy Ba chạy nhanh lên phía trước, Bác chạy theo bám sát Ba, và khi thấy Ba nhảy xuống hố, Bác ấy nhảy theo. Bác Nhất, người to cao, nên gây ra tiếng động lớn là vậy.

Ba tôi lúc trước hay đi săn bắn, nên trong làng, chỗ nào cũng thuộc nằm lòng, nhờ vậy mà trốn được.

Ba và bác Nhất, rúc lên núi, tìm hốc đá để núp. Chẳng may, trong hốc đá có một ổ kiến lửa, bị kiến cắn đau quá, Ba cắn răng chịu đựng, lấy hai tay bịt lỗ tai, còn bác Nhất chịu không nổi, nên rên rỉ, kêu la, Ba đành tìm chỗ khác ẩn trốn cho an toàn, vì trường hợp của bác Nhất, nếu bị bắt cũng không có gì nguy hiểm, còn trường hợp của Ba thì khác.

Sáng sớm ngày hôm sau, thấy không còn tiếng súng nữa, Ba chờ đến chiều tối thì lần mò về chỗ cầu Cao, tìm lại cái bóp chôn nơi đó. Rất may, cái bóp vẫn còn nguyên.

4.

Sau đợt đột kích đó, gia đình tôi qua mỏ than Nông Sơn lánh nạn. Sỡ dĩ, gia đình tôi được ở đó, vì Ba Mẹ làm ăn ở nơi đây khá lâu. Nhờ vào sự quen biết ấy, ông Giám Đốc đã cấp cho gia đình tôi một căn phòng ở sát bên bác Tuấn, người đầu bếp của ông Giám Đốc.

Có một hôm, bác Tuấn bưng qua cho gia đình tôi một đĩa trứng chiên, thơm phưng phức. Bác ấy bảo rất ngon và bổ lắm. Tôi gắp thử một miếng, ăn thấy bùi bùi, béo béo, ngon quá, vì lần đầu tiên được ăn chả trứng có thịt gì trong đó, chứ hồi nào đến giờ, chỉ được ăn trứng chiên với dầu phụng thôi. Mẹ hỏi Bác, Bác bỏ gì trong này mà ngon quá, Bác liền bảo:

- Trứng chiên với "giun" đấy, bổ lắm!

Tôi hỏi Bác "Giun" là gì vậy Bác? Bác bảo ra đây, Bác chỉ cho xem. Bác xới dưới gốc cây trong một chậu kiểng lớn, thấy có rất nhiều trùn nổi lên. Người miền Trung gọi là trùn, còn miền Bắc gọi là giun. Tôi rất sợ trùn, nên nghe vậy, tôi cố ói ra, mà có được đâu, nó trôi xuống bao tử hết rồi. Từ đó Bác Tuấn cho gì tôi cũng không dám ăn nữa.

Năm 1965, máy bay trực thăng lên chở thương binh về Đà Nẵng, trong đợt này, Mẹ gởi được Ba và em trai tôi đi ra Đà Nẵng trước, sau đó, Ba và em trai về Vĩnh Điện để chuẩn bị cho gia đình đoàn tụ tại đó. Sở dĩ gia đình tôi về Vĩnh Điện ở, mà không ra trại tạm cư Tam Tòa cùng với giáo xứ Trung Phước, vì tài sản của Ba tôi còn rất nhiều ở trong các vùng mất an ninh. Về Vĩnh Điện, Nội của tôi, người lớn tuổi có thể đi đi, về về những vùng đó dễ dàng hơn. Gia đình chúng tôi ở tạm nhà bác Phùng, đối diện xéo xéo với nhà thờ Vĩnh Điện cho đến sau Tết Mậu Thân thì dọn ra An Cư Ba, quận Ba, Đà Nẵng, nơi đó cố Linh Mục Louis Huỳnh Nhẫn có dành cho gia đình tôi một căn nhà.

5.

Tuổi thơ của tôi nếm đủ mùi, an vui, hồn nhiên, sung sướng có, khổ cực trong di tản có, ăn nhờ ở đậu có, chứng kiến rất nhiều trận pháo kích có, nghe tiếng "xung phong" hò hét vang dội có, tận mắt thấy nhiều xác chết có. Ôi thôi đủ cả. Năm 1968, tôi chưa học hết lớp Nhất, đã bắt đầu nhận thức được chiến tranh, thật khủng khiếp, gây ra biết bao đau khổ cho đồng bào và đã tạo cho tâm hồn con bé có nhiều suy tư, biết xót thương đồng loại từ đó./.

Chị dắt em trên đường di tản
(Hình minh họa)

(Montréal, 01-08-2024)

HOÀ BÌNH ƠI XIN ĐẾN!

Mỗi buổi sáng, Ba cùng con xuống bến
Chiếc ghe nan, lượn sóng ở Thu Bồn
Bãi Đại Bình luôn thấp thoáng trong con
Chính nơi đó, Ba lội, bơi thỏa thích
Con gái này, ham nhặt ốc rong chơi.

Lúc ra về hái trái chở đầy khoang
Nội ra đón, hai bàn tay giang rộng
Gùi cháu trên lưng, thong thả vô nhà
Tay Ba cầm dầm, vai mang bọc trái
Mặt hân hoan, đi khoan khoái sau nà (*)

Tuổi thơ tôi êm đềm, vui biết mấy!
Chiến tranh về, tan nát tuổi thơ ngây
Và từ đó, tôi nhủ thầm trong dạ
Chính vì "người", gây bao cảnh thương đau".

Tôi ao ước Hoà Bình mau trở lại
Đồng bào tôi khốn khổ đã nhiều rồi
Xin xóa bỏ hận thù trong đáy mắt
Thắt chặc tình người, nắm lấy tay nhau
Cùng vươn lên sau bao ngày khốn khó.

Hoà Bình đâu? Mau đến với dân tôi!

(Montréal, 05 mai 2024)

(*) nà : nà bắp sau nhà.

Quê hương thanh bình
(Hình minh họa)

Lượn sóng trên sông Thu Bồn
(Người chụp: Phùng Thị Kim Hương)

Cánh đồng lúa vàng
(Hình minh họa)

Ba cùng con đi lễ
(Hình minh họa)

VĨNH ĐIỆN NIỀM NHỚ KHÔN NGUÔI

Sau lụt năm Thìn, chiến tranh ập đến Quê tôi, gia đình tôi phải di tản lên mỏ than Nông Sơn, sống ở đó một thời gian ngắn. Khi chiến tranh lan rộng khắp nơi, Ba và em trai đành phải ra Đà Nẵng trước bằng trực thăng. Thấy tình thế bất ổn, mà tài sản của Ba Mẹ lại rải rác khắp nơi trong những vùng mất an ninh. Ba quyết định về tạm trú tại thị trấn Vĩnh Điện thuộc quận Điện Bàn, tỉnh Quảng Nam, rồi nhắn tin cho ông Nội, đem Mẹ và ba chị em tôi xuống Vĩnh Điện bằng ca nô, như thế Nội của tôi có thể đi đi, về về, bán bớt tài sản trên những vùng đó vì Nội lớn tuổi, đi lại dễ dàng hơn trong những vùng mất an ninh như Mỹ Lược, Bến Dầu, khu kỹ nghệ An Hoà, Đức Dục, Phường Rạnh, Phú Gia, Khánh Bình, Đá Ngang, Tí, Sé, Dùi Chiêng... Đó là những địa danh, tôi thường nghe lúc trước, dường như mỗi ngày, khi Ba và Nội nói chuyện với nhau.

Ban đầu gia đình tôi ở nhờ nhà của bác Phùng, bạn Ba, nhà ở xeo xéo bên trái, đối diện với nhà thờ Vĩnh Điện. Một thời gian ngắn sau (năm 1966), bác Phùng quyết định dọn nhà ra Đà Nẵng và cho gia đình tôi thuê lại căn nhà đó.

Đến thị trấn Vĩnh Điện, tôi được đi học lại, tôi học lớp Ba tại trường của thầy Ba Mai. Trường của thầy Mai là mái hiên của nhà Thầy, được nới rộng ra cho đến hết khoảng sân trước. Đây đúng là một mái trường làng, có bảng đen, có bàn của Thầy giáo và mấy dãy bàn ghế, đủ cho vài ba chục học sinh từ lớp Năm (lớp 1 bây giờ) đến lớp Nhất (lớp 5), nói chung là các lớp của Tiểu Học.

Vườn sau nhà Thầy nối liền với sân banh rộng lớn, đi qua sân banh, xa hơn tí nữa là nhà máy nước, hai nơi này đong đầy kỷ niệm của tuổi thơ tôi.

Giờ ra chơi, sân sau của nhà Thầy Mai là nơi các bạn nữ, tụm năm, tụm ba chơi nhiều trò chơi không cần không gian rộng như chơi nẻ, ông làng, v.v…

Sân banh là nơi công cộng, rộng mênh mông, nơi các người lớn chơi banh vào những buổi chiều tắt nắng, nơi dạo chơi của các gia đình trong thị trấn.

Tại trường thầy Mai, giờ ra chơi, chúng tôi thường ra sân banh, cùng nhau tham gia các trò chơi như bịt mắt bắt dê, chạy đuổi bắt… Chỗ này rộng, thoáng mát cho chúng tôi tha hồ chạy nhảy, tung tăng.

Còn nhà máy nước, nơi đây, ôi! vui lắm, được cùng nhau nghịch ngợm trong những đường mương dẫn nước trong những ngày oi bức, những giờ trưa hoặc buổi chiều sau khi tan học.

Các bạn nam, nhiều khi ra chơi, chạy ra đó nghịch nước, áo quần ướt hết, rồi trốn học luôn, thế là ngày hôm sau, bị thầy Mai quất đít đau điếng, tôi còn nhớ các bạn nam, có bạn còn kiếm cách lót sách vô quần, để Thầy đánh cho đỡ đau, Thầy biết được, học sinh nam này sợ quá bỏ chạy nhanh ra sân banh.

Trường học của Thầy Mai giống như một gia đình đông

con cháu, Thầy và anh Xê chăm chút cho từng học sinh một. Tôi yêu lắm mái trường bé nhỏ này.

Vào những ngày nghỉ học, nhất là ba tháng hè, chiều chiều, tôi thường được Ba dẫn ra sân banh thả diều, chạy nhảy, vui chơi cùng các bạn.

Hầu như mỗi ngày, sau khi ăn tối xong, sân nhà thờ là nơi tụ tập của chúng tôi, vì nơi này có điện sáng trưng. Nơi đó, chúng tôi chơi u mọi, chơi "ông làng", chơi nẻ, chơi nhảy dây cùng các bạn.

Tuổi thơ của đôi bạn ở Vĩnh Điện
Từ trái sang: Phạm Thị Bình, Nga em của Bình, Hồng, em của Lan, Huỳnh Thị Lan
(Người chụp: Chú Kính chụp trước nhà Lan (1967))

Một điều mà chúng tôi, đứa nào cũng ao ước, được bác Phú cho giật chuông nhà thờ. Ôi, còn gì vui và thú vị hơn khi được đu theo dây chuông, hai chân co lên, đưa lên, đưa xuống, nhịp nhàng theo từng hồi chuông, mà không phải bạn nào cũng được giật chuông đâu nhé, bạn nào ngoan hiền, mới được Bác Phú cho. Gác chuông và sân nhà thờ để lại trong ký ức tôi, nhiều kỷ niệm khó quên.

Bạn ở Vĩnh Điện
Ngọc, Dâng, Bình, Lan & Thận
(Người chụp: Anh Lục)

Những người bạn thân thương thời Tiểu học, thường chơi chung với nhau tại sân nhà thờ, tôi vẫn còn nhớ tên từng người một, nào Lan con bác Thử, Dâng con bác Thạnh, Lộc con bác Quý, Nghiêm con chú Hy, Hòa con bác Phú, Cang con bác Trấu, bạn nam này nghịch ngợm vô cùng, thường chọc cho tôi khóc mới thôi, nhờ những kỷ niệm ấu thơ như vậy, nên chúng tôi luôn luôn tìm kiếm tin tức của nhau.

Ngoài ra, còn có các bạn học cùng trường của thầy Ba Mai như Phạm Thị Vân Anh, Võ Như Hồng, Nguyễn Phi Niệm, Vũ Cang.

Hội Ngộ ở Vĩnh Điện
Từ trái sang: Lan, Bình, Xuân, Dâng, Thận, Ngọc
(Người chụp : Anh Lục)

Sinh hoạt trong Liên Đoàn Hùng Tâm Dũng Chí của giáo xứ Vĩnh Điện, bên Dũng Chí, tôi còn nhớ các chị huynh trưởng như chị Mười (đoàn phó), chị Cương, chị Tâm (cơ Chinh Dũng), chị Vinh, chị Lự (cơ Quang Dũng), chị Hoa, chị Hương (cơ Hoan Dũng). Chú Hy là Liên Đoàn Trưởng, còn anh Xê, anh Ngôn, anh Đưỡng, anh Cẩn, anh Minh là các trưởng của Hùng Tâm. Tôi rất quý mến chị Vinh, chị là huynh trưởng của tôi ở cơ Quang Dũng, cũng là idol của tôi lúc bấy giờ.

Ngoài ra còn có các bạn, học khác trường nhưng cùng sinh hoạt Hùng Tâm Dũng Chí ở nhà thờ như Tuyết Nga, con bác

Thiệu(nhà có cây xăng "SHELL", Vĩnh, Vang, Ngọc, Tuyết, Liên, Nghiêm, Thận, Xuân… Dầu có rời xa Vĩnh Điện, nhưng trong thâm tâm, vẫn luôn nhớ đến các bạn thương mến của tôi.

Trước 1975, mỗi khi tôi về Vĩnh Điện thăm Thầy Mai hoặc có dịp đi ngang qua đó, tôi luôn luôn tìm đến nhà để thăm các bạn. Từ khi có Facebook, qua những tấm hình quý hiếm, tôi còn giữ được, tôi đã liên lạc được, hầu như tất cả bạn bè sau nữa thế kỷ mất tin nhau. Ôi! Tình bạn thời thơ ấu thật thiêng liêng, thắm thiết.

Điều tôi nhớ nhiều nhất khi ở Vĩnh Điện, là trường học của thầy Ba Mai, Thầy là người hiền từ, thương học trò như con cháu, Thầy là người tôi kính yêu nhất của thời Tiểu học. Có lẽ, Sau cái chết của cô giáo Khánh, dạy lớp Ba của trường Tiểu Học Sơn Khương, trong cơn lụt kinh hoàng năm Thìn (1964), sự kính trọng và lòng quý mến Thầy, Cô giáo đã nẩy mầm trong tôi.

Sau này, khi định cư tại An Cư Ba, hằng năm, vào ngày mồng hai Tết, tôi vẫn luôn về thăm Thầy-Cô và chúc Tết, ngay cả khi gia đình Thầy đổi chỗ ở, tôi vẫn tìm đến thăm. Thầy quý mến tôi như con cháu trong nhà.

Gia đình Thầy có tất cả tám người con trai: Anh A, anh Bê, anh Xê, anh Minh (ở nhà tên Đệ), anh Mười, anh Bến, em Bé và Sơn, con út của Thầy. Anh A và anh Bê, ít thấy ở nhà, vì lúc tôi học ở đó, các anh đã vào quân đội, anh Xê thì ở nhà, phụ với Thầy giảng dạy chúng tôi, anh Minh, anh Mười, anh Bến, các anh học ở trường Trần Quý Cáp, Hội An, các anh chỉ về nhà cuối tuần và ba tháng hè.

Những lúc các anh về, chúng tôi vui lắm, vì được các anh kể nhiều chuyện hay, lạ cho nghe. Anh Mười hay hỏi tôi mượn quyển sách có hình các con ong, bướm, ruồi, muỗi..., để xem và vẽ lại trong các bài tập Vạn Vật của anh ấy, còn anh Minh hay phụ Thầy dạy cho chúng tôi và anh thường bắt tôi múa, hát cho anh xem trong những giờ ra chơi.

Về thăm Vĩnh Điện (Phạm Thị Bình)
(Người chụp: Nguyễn Thị Thận)

Nhớ nhất là khi nghỉ hè, các anh mang về nhiều phần thưởng lắm, tôi hay rón rén sờ vào các phần thưởng đó và thầm mong sau này, mình cũng học giỏi như các anh, cũng được nhiều quà như vậy. Các anh chính là idol của tôi lúc đó.

Chính nhờ các idol, con của Thầy tôi, đã tạo cho con bé niềm mơ ước phải học giỏi giang như các anh, để cuối năm mang phần thưởng về khoe với Ba Mẹ, suy nghĩ này đã luôn thôi thúc tôi trong sự cố gắng học tập sau này.

Vĩnh Điện cho tôi quá nhiều kỷ niệm của thời thơ ấu. Mặc dầu, sống ở Vĩnh Điện, vỏn vẹn có ba năm, nhưng đã khắc ghi trong ký ức tôi biết bao nhiêu kỷ niệm. Hình ảnh người Thầy kính mến với những năm học đầu đời, Thầy đã dạy tôi về NHÂN, LỄ, NGHĨA, TRÍ, TÍN, Thầy là người mẫu mực trong việc hình thành nhân cách của tôi. Thầy đã tập tôi đi với những bước chân vững chắc, để tôi bước tiếp những chặng đường sau này, dù đường có gồ ghề đến đâu, tôi cũng cố gắng vượt qua để đi đến đích.

Có được ngày hôm nay, một phần nhờ vào sự dạy dỗ của thầy Mai, cách sống của gia đình Thầy làm tôi cảm phục, thời gian mấy năm sinh hoạt trong phong trào Hùng Tâm Dũng Chí, đã dạy tôi sự tháo vát, nhạy bén, cách cư xử, tiếp xúc với những người chung quanh, lòng bác ái đối với tha nhân. Tất cả là tấm gương soi cho tôi khi bước vào đời và tạo hình cho nhân cách của tôi.

Xin hết lòng biết ơn và tri ân Thầy Mai cùng các anh chị huynh trưởng của Liên Đoàn Hùng Tâm Dũng Chí Vĩnh Điện yêu mến thuở nào.

(Montréal, 26-10-2024)

NỘI ƠI! CON NHỚ NỘI

Sở dĩ Ba tôi chọn Vĩnh Điện làm nơi tá túc, mục đích, Nội tôi có thể đi đi, về về các vùng mất an ninh cho gần và dễ dàng hơn, vì Nội đã lớn tuổi ít ai dòm ngó.

Ông và cháu rong chơi
(Hình minh họa)

Một chuyến đi của Nội, chuyến đi cuối cùng, chuyến đi này, Nội về bán được rất nhiều trâu, bò, đến mấy trăm ngàn lúc đó. Sau khi, tôi uống ly rượu của Nội, Ba nghe bạn bè Nội học lại, Ba nói "Cha giết con của con rồi" và Ba cằm ràm Nội nhiều lắm, nên Nội hứa sẽ bỏ rượu và Nội đã làm được. Chiều chiều, sau khi đi học về, Nội thường dẫn tôi xuống quán bà Kiều mua xá xị con cọp và hai ông cháu cùng uống.

Thế mà lần này về Quê, Nội bị bạn bè rủ rê uống rượu lại. Rồi một hôm, họ phục rượu Nội tôi, lấy hết số tiền của Nội bán được cả tháng qua. Tôi còn nhớ, lúc Nội về đến nhà ở Vĩnh Điện, hôm đó, Mẹ tôi đổ bánh xèo cho cả nhà ăn, trong bữa ăn đó Ba tôi có hỏi Nội: "Cha về quê kỳ này, có bán được gì không?".Nội trả lời: "Chuyến đi này Cha không bán được gì cả". Gương mặt của Nội thật buồn và ít nói trong đêm đó. Lúc tối đến, tôi đi ngủ với Nội, Nội không hỏi han tôi nhiều như mọi khi, mấy ngày sau, Nội nói với Mẹ tôi: "Cha thấy đau bụng quá!", Mẹ đưa dầu cho Nội thoa bụng, những ngày sau đó, Nội vẫn nói với Ba Mẹ tôi, Nội vẫn còn đau bụng nhiều lắm. Ba đưa Nội ra nhà thương Phaolo khám, bác sĩ cho thuốc về uống, mà vẫn không hết và từ đó bệnh của Nội, càng ngày càng nặng, Ba Mẹ đem Nội đi chạy chữa khắp nơi, nhưng không hết. Lễ Giáng Sinh năm đó, Nội rất yếu, không dự lễ ở nhà thờ được, Nội chỉ nằm nhà đọc kinh thôi. Hai ngày sau, ngày 27 tháng 12, Nội tôi trút hơi thở cuối cùng.

Trước khi Nội ra đi, Nội có thổ lộ cho Ba tôi biết, đã làm mất số tiền lớn của Ba Mẹ tại nhà của tôi ở trên quê. Có lẽ vì thế, Nội bị stress, nên lúc sau này, Nội hay trầm ngâm, ít nói, có vẻ suy nghĩ mông lung lắm.

Ngày Nội mất, tôi được Mẹ dẫn qua nhà Cha Tư gặp cô Sáu, nhờ cô may áo dài cho Ba, Mẹ và tôi. Ôi! tôi mừng vui quá, vì được mặc chiếc áo dài khác lạ với chiếc áo dài bình thường, tôi thấy các bà, các chị mặc trong nhà thờ. Lần đầu tiên được mặc chiếc áo dài ngồ ngộ với miếng vải bay phấp phới sau lưng, còn được bịt khăn chế (khăn tang) nữa, lòng mừng vui không tả xiết.

Trong những ngày tang lễ, nhà đông người tới lui, thấy nhộn nhịp quá, bé con vui, lộ ra mặt. Khi thấy Ba Mẹ tôi khóc, tôi ngạc nhiên và khóc theo, trong lòng tôi cứ nghĩ là Nội đang ngủ, đến khi liệm, nhìn thấy các bác đóng quan tài và mang đi chôn sau nhà cha Tư, lúc đó tôi cũng chưa ý thức được Nội đi mãi không về.

Sau khi chôn cất xong, tối đó, không thấy Nội trên giường như mọi hôm, tôi hỏi Mẹ: " Nội của con đâu rồi?". Mẹ nói với tôi: "Nội nằm ngoài nghĩa địa, Nội sẽ không về nhà nữa". Thế là tôi khóc và đòi Mẹ ra nghĩa địa dẫn Nội về ngủ với tôi. Đêm đó, tôi khóc nhiều và không ngủ trọn giấc.

Ông và cháu gái trong quán rượu bên đường
(Hình minh họa)

Từ đó về sau, tôi hay nằm mơ thấy Nội về nhà hỏi han tôi đủ điều, rồi Nội đi lại, khi tỉnh giấc nước mắt đầm đìa trên má.

Khi biết yêu thương Nội, thì Nội đã không còn bên cạnh nữa. Vào những ngày cuối năm như thế này, lòng tôi luôn thổn thức, thương nhớ ba người: Nội , Ba và con trai nhỏ của tôi. Mỗi khi nhắc đến, tôi không làm sao cầm được nước mắt.

Nội ơi! Con nhớ Nội nhiều lắm, Nội có biết không?

(Montreal, 27-12-2023)

TẾT MẬU THÂN, DẤU ẤN CỦA TUỔI THƠ TÔI

Năm 1967, là năm chiến tranh bắt đầu khốc liệt, nhiều trận đánh với những cuộc pháo kích kinh hoàng, tôi còn nhớ tối nào ở nhà cũng rất xôn xao, rộn ràng, vì rất nhiều người đến ngủ lại tại nhà tôi với hai lý do:

Thứ nhất là nhà tôi có cái lô cốt của Pháp để lại, tường của nó dày lắm, nghe mấy người lớn nói với nhau, đạn bắn không hề gì, nên ai cũng muốn vào đó để được che chắn khi có những trận đánh của hai bên xảy ra.

Thứ hai là, nhà tôi ở gần nhà máy đèn, gần nhà thờ, nơi luôn có đèn điện sáng vào ban đêm, gần bến xe Vĩnh Điện (huyết lộ của quốc lộ 1), những nơi này luôn luôn được bảo vệ, ban đêm tương đối an toàn hơn các nơi khác. Những người đàn ông, thanh niên, rất sợ khi đêm về, vì vậy, họ thường tìm những nơi an toàn, tạm trú qua đêm.

Lũ con nít chúng tôi rất vui mừng trong những đêm tụ tập đông người như vậy, nhiều khi quá đông trong nhà, không còn chỗ chen chân, phải trải thêm chiếu ở ngoài hiên để ngủ. Riêng tôi thích nhất là buổi sáng được anh Xê và anh Minh con của Thầy Mai, chít khăn tang cho tôi và dẫn tôi đi học tại nhà của các anh sau một đêm ngủ nhờ tại nhà tôi (Nội tôi qua đời vào ngày 27-12-1967).

Có một lần, mọi người đang ngon giấc, bỗng nghe tiếng súng pháo kích, mọi người hốt hoảng chạy vào lô cốt. Ba tôi kiệu tôi lên cổ, bảo nhìn vào lỗ thông hơi (lỗ châu mai) xem có thấy gì bên sân nhà thờ không, vì nghe tiếng hô tiến lên vang dội từ đó. Nhìn sang, thấy rất nhiều bộ đội, tay cầm súng, miệng hô "xung phong!", chạy đến gác chuông nhà thờ, nhảy lên, nhảy xuống để giật tấm bích chương có in hình hai ứng cử viên Tổng Thống (Nguyễn Văn Thiệu) và Phó Tổng Tống (Nguyễn Cao Kỳ), họ nhảy hoài mà không với tới. Sáng ngày hôm sau, tôi thấy ở bến xe Vĩnh Điện, có rất nhiều xác chết được đem về đó.

Chạy loạn

Trong thời kỳ chiến tranh, mỗi khi có hỏa châu chiếu sáng bầu trời, thường nghe tiếng rít của chui đèn sáng, tiếng rít ấy, là mối lo sợ của người dân, vì chui đèn sáng này, đụng vào người nào, là người đó chết ngay tức khắc.

Tết Mậu Thân, Liên Đoàn Hùng Tâm Dũng Chí Vĩnh Điện tổ chức một đêm đón Giao Thừa ở ngay bến xe Vĩnh Điện. Củi được chất cao và được đốt cháy khi sinh hoạt được bắt đầu. Chúng tôi rất háo hức được cùng nhau mừng đón giao thừa, cùng nhau hát ca, nhảy múa tập thể, lòng ai nấy hân hoan chào mừng Xuân mới.

Bất thình lình tôi thấy cây dương liễu trước nhà thờ lóe muôn ngàn tia sáng, tôi bật miệng la lên "Đức Mẹ hiện ra", liền sau đó nghe đạn pháo kích rền vang khắp nơi. Các anh huynh trưởng hét lên "Pháo kích, hãy chạy mau vô nhà thờ".

Cả đàn em nhỏ có gần trăm đứa, thật hoảng loạn, mạnh ai nấy chạy vào nhà thờ Vĩnh Điện. Tôi nghe cánh cửa kêu cái rẹt, rồi mở toang đón chúng tôi. Các anh huynh trưởng mau chóng đóng cửa và dặn chúng tôi không được chỉ bất kỳ ai, các anh đang trốn trên nóc nhà thờ. Các anh ôm cột leo nhanh lên trên cao, chui vào trong đó, phần chúng tôi , mạnh ai nấy tìm chỗ núp. Không khí im lặng, ngột ngạt một cách đáng sợ, tôi trốn dưới gầm bàn thờ Đức Mẹ mà người run cầm cập khi nghe ngoài hàng hiên hô to những tiếng "Xung phong! Xung phong! Tiến lên!". Đạn pháo kích, chuôi đèn sáng nghe chéo chéo khắp mọi nơi. Tinh thần tôi bấn loạn, miệng lâm râm khấn vái Đức Mẹ cứu giúp chúng con.

Sau khi tiếng súng ngưng hẳn, cũng đã rạng sáng ngày mồng một, chợt nghe tiếng người lao xao quanh hàng hiên, ngoài sân nhà thờ. Tôi nghe tiếng Ba tôi gọi "Bình ơi, con đâu rồi?". Mừng quá, tôi chui ra khỏi bàn thờ Đức Mẹ và đến ôm chầm lấy Ba tôi, nước mắt đầm đìa, hoảng sợ. Ba bồng tôi chạy tuốt về nhà. Đêm hôm đó làm sập một góc hàng hiên bên phải của nhà tôi với cái chui đèn sáng quái ác.

Sau Tết Mậu Thân, thị trấn Vĩnh Điện lâm vào cảnh mất an ninh. Ban ngày Quốc Gia, ban đêm Cộng Sản. Đàn ông, thanh niên, đêm về tìm chỗ núp trốn. Ba tôi phải dẫn tôi xuống Hội An tạm trú một tuần ở nhà chị Bút, và từ đó hai gia đình chúng tôi không còn gặp lại nhau nữa.

Nhờ ơn Chúa, biết ơn Cha, đã cho chị em tôi thấy được tên nhau trong ngày Chúa gọi Cha về.

Qua Facebook, trên trang phân ưu về sự ra đi của cha Thăng, tôi mới nhận ra chị qua cái tên thật đặc biệt "Nguyễn Tu Bút", tôi lần mò vô xem tên các bạn của chị, thấy có tên "Nguyễn Tự Bách". Ơn Chúa! Chị Bút đây rồi. Gia đình của bác Sáu Báng đặt tên cho các con rất là đặc biệt : Nguyễn Tu Bút, Nguyễn Tự Bách, Nguyễn Tú Bảo, ít khi thấy sự trùng hợp với các tên này. Tôi thật mừng vui, vì sau hơn nửa thế kỷ chị em tôi luôn luôn dò hỏi tin tức mà vẫn bặt tin nhau.

Về lại Vĩnh Điện sau một tuần ở Hội An, Ba tôi quyết định rời bỏ Vĩnh Điện, dọn dẹp đồ đạc chuẩn bị ra An Cư Ba, vì cố linh mục Huỳnh Nhẫn có giữ cho gia đình tôi một căn nhà ở đó.

Đến lúc dọn nhà, gia đình tôi thuê một chiếc xe, khi xe đến Thanh Quýt, thì bị bắn tỉa (bắn sẻ, bắn bia), vì có đoàn xe lính đang đi phía trước. Lúc ngồi trên xe, nhìn bên tay phải, thấy có nhiều người đang làm ruộng, cuốc đất, nhổ cỏ, đến khi nghe tiếng súng "tấc cù", nhìn sang thì thấy họ đang cầm súng trên tay thay vì cầm cây cuốc. Tài xế la to bảo mọi người mau xuống xe, nhảy núp sát bờ đường bên trái chạy qua khỏi đoạn đường nguy hiểm này. Gia đình tôi dắt tay nhau vừa chạy vừa núp, cho đến khi gặp lại xe ở chỗ an toàn, mới lục đục lên xe đi tiếp. Những cảnh tượng như thế này, không bao giờ quên được trong tâm trí của đứa bé mười hai tuổi. Giai đoạn này, tôi đã ý thức được chiến tranh. Chỉ thấy xác chết, máu và nước mắt của người sống. Tiếng khóc lóc, rên la ám ảnh cả cuộc đời tôi.

Dấu ấn của tuổi thơ tôi

Tôi luôn tự hỏi "Chiến tranh là vậy sao? Chỉ thấy máu và nước mắt của người dân". Tôi thù ghét chiến tranh từ dạo đó.

Tôi luôn chấp tay nguyện cầu cho chiến tranh mau tàn phai, xóa bỏ tị hiềm, ganh ghét, biết thương yêu nhau, mọi người được bình an, hạnh phúc, nhất là đất nước Việt Nam thân yêu có một cuộc sống thanh bình, ấm no, tự do, dân chủ, một nền hòa bình vĩnh cửu.

Mong lắm thay!

(Montréal, 26-10-2024)

KHIẾT TÂM LUÔN SÓNG SÁNH TRONG HỒN TÔI

Sau biến cố Tết Mậu Thân, gia đình tôi từ Vĩnh Điện dọn ra An Cư Ba, quận Ba, Đà Nẵng.

Thời gian này, chiến tranh tràn lan khắp nơi, đêm đêm nghe pháo kích, nỗi lo sợ lớn dần trong lòng mọi người, mạnh ai nấy tìm nơi an toàn để sống. Gia đình tôi không ngoại lệ, nhất là khi ông Nội rời xa cõi tạm này. Ba quyết định bỏ hết của cải còn lại trong các vùng mất an ninh, gia đình tôi không còn tha thiết gì nữa. Lúc này, tôi chưa học xong lớp Nhất của trường thầy Ba Mai ở thị trấn Vĩnh Điện. Thầy Mai, một người Thầy, tôi rất đổi yêu thương. Sau này, khi định cư tại An Cư Ba, vào ngày mồng hai Tết, tôi vẫn luôn về thăm Thầy và chúc Tết, ngay cả khi gia đình Thầy đổi chỗ ở, tôi vẫn tìm đến thăm Thầy hằng năm.

Khi ổn định chỗ ở mới (An Cư Ba, quận Ba, Đà Nẵng), Ba tôi dẫn tôi xuống trường Trung Tiểu Học Khiết Tâm gặp cố linh mục Phạm Quang Thiều xin cho tôi học hai tháng cuối cùng của bậc Tiểu Học. Cô giáo dạy lớp Nhất lúc bấy giờ là cô Toàn, người Huế. Tuy là học sinh mới, qua bài kiểm tra với Cô, thấy tôi học khá, Cô cho tôi vào ban cộng điểm của lớp, đó là bước ngoặc trong đời học sinh của tôi vì từ đó (lớp Nhất) cho đến hết lớp 12, năm nào tôi cũng được ở trong ban cộng điểm của lớp cả.

Tôi không làm sao quên được câu chuyện Cô Toàn kể về Tết Mậu Thân tại Huế, Cô Toàn là chứng nhân, vì trong gia đình Cô, rất nhiều người bị chôn sống. Cô sống sót được là nhờ Cô hóa trang thành bà bầu, với khuôn mặt đen đủi xấu xí. Trong lúc Cô kể, quá xúc động Cô khóc, làm con bé mũi lòng cũng khóc theo và câu chuyện đó theo suốt đời tôi.

Mỗi lần nhắc đến hai chữ Mậu Thân, tôi lại nhớ đến cô Toàn, cô giáo lớp Nhất. Không biết bây giờ Cô ở nơi đâu? Tôi vô cùng muốn biết tin Cô.

Thầy Hùng hướng dẫn đoàn diễu hành
vào sân vận động Chi Lăng

Ở trường Khiết Tâm, từ lớp Đệ Thất (lớp 6) cho đến lớp Đệ Tứ (lớp 9), chúng tôi thật may mắn được học với nhiều giáo sư nổi tiếng của thành phố Đà Nẵng.

Trong môn Toán thì có thầy Lê Quang Mai, thầy Cung Thế Mỹ (thầy làm Giám Thị ở trường Nữ Trung Học Hồng Đức). Vạn Vật với thầy Nguyễn Tiến Dũng, Lý Hóa với Thầy Tích, thầy Dũng, Việt Văn với thầy Hùng, thầy Nguyễn Văn Ngọc (Nhà thơ Nguyễn Đông Giang), Anh Văn với thầy Đông Anh (Giám Học), thầy Chu Văn Hiền, thầy Đỗ Hữu Ái (thầy đi tu nghiệp ở Mỹ về)…

Hình lưu niệm với cha cố Phạm Quang Thiều, lớp Đệ Thất (1970)

Khiết Tâm cho tôi nhiều kỷ niệm , đó là nơi dắt dìu tôi trong những bước thứ nhì sau khi chuyển tiếp từ Tiểu học sang Đệ Nhất cấp, với bốn năm học này đã chuẩn bị cho tôi một hành trang vững chắc, những căn bản cho việc học tập, rèn luyện nhân cách để đi tiếp chặng đường kế tiếp và hỗ trợ cho tôi rất nhiều trong chương Đệ Nhị Cấp sau này.

Nhìn lại những tấm hình còn giữ được, lòng tôi thật xúc động, và nhớ quay quắt ngôi trường thân yêu, nhớ các Thầy, Cô giáo đã dạy tôi, nhớ những bạn bè thân thương trong lớp, nhớ cuộc diễn hành có một không hai của trường và rồi nước mắt chảy dài với những câu chuyện in sâu trong ký ức.

Tôi thành tâm tri ân cha cố Hiệu Trưởng linh mục Phạm Quang Thiều các Thầy, Cô giáo, đã hun đúc cho tôi được làm người hôm nay.

(Montréal, 22-10-2024)

Trường Khiết Tâm tham dự Đại Hội Thể Thao liên trường Đà Nẵng (1972)

Phạm Thị Bình tại Đại Hội La Vang (1970)

"THIỆN CHÍ", MỘT THỜI DẤU NHỚ

Nhóm Thiện Chí, lớp 12A1, trường Sao Mai, Đà Nẵng (1974-1975)

Từ trái sang, hàng 1: Phạm Thị Kim Diệp, Lê Thị Thu Hà, Nguyễn Thị Thu Lan

Hàng 2: Nguyễn Văn Ba, Hoàng Xuân Hoà, Phạm Minh Chính

Hàng 3: Phạm Thị Hồng Lê, Nguyễn Thị Nhung, Hoàng Thị Hoàng Mai

Hàng 4: Lý Nguyên Bình, Đặng Văn Tô, Phạm Thị Bình

Hàng 5: Nguyễn Công, Nguyễn Quang, Nguyễn Văn Hùng

"Thiện Chí", hai chữ thân thương nhắc bao nỗi nhớ trong tôi. Có một hôm được nghỉ hai giờ sau, nhóm An Cư Ba chúng tôi rủ nhau đi xưng tội ở nhà thờ Chính Toà.

Các bạn nữ của nhóm Thiện Chí tại Bãi Dương, Sơn Chà (tháng 1-1975)

Đang lui cui thu dọn sách vở, có một bạn nam sinh, đi ngang qua bàn gõ hai tiếng cốc cốc, tôi ngẩng đầu nhìn lên, thấy bạn ấy đang thả xuống bàn tôi tờ giấy nhỏ, nhỏ bạn kế bên thấy vậy la lên "Ê! Công đưa thư cho mi kìa". Tôi suỵt nó "Làm chi mà la lớn vậy, để xem bạn ấy viết gì trong đó". Nhỏ Lê nầy bấn loạn cả lên, tò mò ghê gớm, trong khi tôi từ từ mở tờ giấy gấp làm tư. Nội dung vỏn vẹn có ba câu "Muốn gặp Bình để bàn vài vấn đề quan trọng, cho gặp mặt một tí, hẹn gặp nhau tại nhà thờ lớn". Sao mà đúng lúc vậy không biết, thế rồi chúng tôi cùng nhau đi đến nhà thờ Con Gà (nhà thờ Chính Toà, Đà Nẵng).

Đang đứng xếp hàng chờ vô xưng tội, nhìn sang bên dãy nam, thấy bạn Công cũng đang xếp hàng đứng chờ như chúng tôi. Bên dãy Nam, ít người, bạn ấy ra khỏi nhà thờ trước, đứng đợi bên hàng hiên. Các bạn của tôi quá đỗi tò mò, liền giục tôi đến hỏi xem bạn ấy muốn nói gì. Tôi đến gặp bạn và hỏi:

- Có chuyện gì mà quan trọng vậy Công?

Bạn ấy trả lời:

- Mình mới thành lập nhóm học tập, muốn mời Bình tham gia.

Tôi liền trả lời:

- Bên nầy, tụi mình cũng vừa thành lập nhóm, mục đích là cùng nhau học tập, quan trọng nhất là phải đậu Tú Tài II năm này. Vậy, hai nhóm mình nhập chung lại với nhau đi.

Nghe thế, Nguyễn Công tán thành ngay và nhóm "Thiện Chí" chúng tôi được thành lập trong những ngày sau đó.

Nhóm chúng tôi gồm bảy nữ sinh (Lê, Lan, Nhung, Hà, Diệp, Mai, Bình) và tám nam sinh (Công, Chính, Quang, Hoà,

Ba, Tô, Hùng, Bình). Bạn Công là trưởng nhóm, tôi làm thư ký và bắt đầu xác định mục đích và lập nội qui, hoạch định chương trình sinh hoạt cho nhóm.

Giờ thảo luận của nhóm Thiện Chí, tại Bãi Dương, Sơn Chà (01-1975)

Chúng tôi học lớp 12A1, trường Trung Tiểu Học Sao Mai, niên khóa 1974-1975, vì học ban A, môn Vạn Vật là trọng yếu, chúng tôi muốn đẩy mạnh việc học tập trong môn này, nhất là chương Hệ Thần Kinh Não Tủy rất dài và khó nhớ nhất. Ngoài việc học ra, chúng tôi còn chú trọng trong các công tác từ thiện. Nhóm được thành lập với sự háo hức, mong chờ của tất cả thành viên trong nhóm.

Tháng giêng, nhóm Thiện Chí, có tổ chức đi picnic nguyên ngày, tại Bãi Dương Sơn Chà, sinh hoạt vui chơi và cùng nhau hoạch định chương trình học tập, để chuẩn bị cho kỳ thi Tú Tài II sắp tới.

Không ngờ tình hình chiến sự mỗi ngày một căng thẳng hơn, đồng bào ở Quảng Trị và Huế đã bắt đầu di tản vào Đà Nẵng, mỗi ngày một đông và dần dà các trường đã đầy ắp đồng bào tị nạn.

Nhóm Thiện Chí tại chùa Sơn Chà

Chúng tôi, không còn lòng dạ nào mà vào lớp, nên rủ nhau qua công viên Dân Chủ sinh hoạt, vạch định chương trình đi lạc quyên gạo để cứu trợ đồng bào. Được Cha Hiệu Trưởng, đóng dấu cho phép, chúng tôi vô cùng mừng vui vì sắp có việc để làm.

Chưa bắt đầu vào việc, hai ngày sau đó, trường Sao Mai đã tràn ngập đồng bào tị nạn. Trường khẩn cấp trong công việc cứu trợ, chúng tôi sẵn sàng cộng tác chặt chẽ với nhà trường trong công việc cứu trợ mà nhà trường giao phó.

Nhóm Thiện Chí, chúng tôi mải mê trong công việc cho đến giờ phút cuối cùng, khi nhóm dần dần thưa người và ai cũng vội vàng đi tản. Những ngày ấy thật là buồn, tương lai đang rực rỡ, bỗng tối sầm, mất phương hướng. Thật tội nghiệp cho tuổi trẻ chúng tôi. Ôi, còn đau buồn nào hơn trong sự nhiễu nhương của đất nước.

Tháng giêng còn sinh hoạt
Tháng ba đã tan đàn
Tháng tư chạy tứ tán
Tháng năm về trở lại

Bạn bè còn những ai?
Tháng sáu phải xa trường
Lòng ngậm ngùi xót thương
Buồn vương mang từ đấy.

(Montréal, 26-03-2024)

Nhóm Thiện Chí tại Bãi Dương, Sơn Chà

Giờ thảo luận của nhóm nhỏ

Giờ sinh hoạt của nhóm nhỏ

Tạm biệt nhau, sau một ngày sinh hoạt

THÁNG BA KỶ NIỆM BUỒN

Những ngày cuối tháng ba, tâm hồn luôn thao thức, chuỗi ngày buồn trong ký ức lại về.

Thương và nhớ nhóm Thiện Chí thật nhiều.

Vẫn còn nhớ, khi thấy đồng bào tị nạn tràn đầy trong các trường ở Đà Nẵng, nhóm mình không còn tâm trí, chú ý vào việc học nữa, nên giờ Pháp Văn của Cha Huỳnh, giờ Anh Văn của thầy Chu Văn Hiền, chúng mình đã không vào lớp, cùng nhau qua công viên Cổ Viện Chàm sinh hoạt, bàn thảo, làm đơn, hoạch định chương trình, đi quyên gạo giúp cho người tị nạn.

Trường Trung Tiểu Học Sao Mai lúc bấy giờ vẫn còn sinh hoạt bình thường. Các Thầy, Cô vẫn còn đó, các trò vẫn còn đây, nhưng khung cảnh của giờ học không còn như xưa nữa. Nụ cười tươi thắm không còn trên những khuôn mặt hồn nhiên, vô tư thay vào đó sự lo lắng, muộn phiền tràn lên khoé mắt mỗi người.

Vẫn còn nhớ, giờ Pháp Văn kế tiếp của Cha Hiệu Trưởng, nhóm Thiện Chí chúng mình đã bị phạt, tất cả đều phải đứng để nghe Cha khuyến cáo. Cha giận lắm, Cha bảo: "Tưởng đâu các trò lập nhóm, để cùng nhau học hành, làm những điều hữu ích cho xã hội, vậy mà rủ nhau bỏ học, qua công viên chơi đùa, xem như thế có đúng không?" Hôm đó, Cha đã dạy cho chúng con biết bao nhiêu điều hay lẽ phải. Nhưng thưa Cha, Cha đâu có biết, tâm trí chúng con rối bời, lòng dạ nào còn ngồi học. Đồng bào tị nạn ùn ùn kéo về Đà Nẵng mỗi ngày một đông, các trường đầy nghẹt người tị nạn, vài ngày nữa đây, trường Sao Mai chúng ta cũng sẽ nối tiếp đón đồng bào. Giờ học hôm đó, trôi qua thật nặng nề, không còn sinh động như trước nữa.

Cứu trợ đồng bào tại một trường ở Đà Nẵng
(Hình minh họa)

Giờ học chấm dứt, tôi đại diện cho nhóm, lên văn phòng Cha, xin Cha ký xác nhận giấy phép đi lạc quyên gạo, để cứu trợ đồng bào tị nạn chiến tranh. Xem tờ đơn xong, Cha cười hỉ hả và nói: "Thì ra là vậy, nhớ làm cho tốt nghe con".

Rất cảm động với giấy phép trên tay, ngày hôm sau, chúng tôi nhóm họp bên hông trường, lề đường gần cổng Nam, để bàn bạc nên đi khu vực nào trước, nơi nào sau. Hẳn các bạn còn nhớ phải không?

Nhưng không may cho nhóm, chưa bắt đầu, bắt tay vào

việc, ngay ngày hôm sau, ngôi trường Sao Mai đã đầy ắp người và người.

Nhà trường bắt đầu công việc cứu trợ. Nhóm chúng tôi tích cực tham gia. Phát sữa cho trẻ em, phát gạo cho từng gia đình.

Với tinh thần dấn thân và phục vụ của nhóm, chúng tôi hăng hái làm việc cùng với nhà trường, trong tất cả công việc được trường phân chia. Tôi thật hoảng hốt khi thấy, đồng bào bắt đầu chẻ bàn ghế để nấu ăn, liền chạy lên văn phòng Cha Hiệu Trưởng, xin Cha cho phép lấy vài phòng học, để gom góp bàn ghế dồn vào đó, hầu sau này, các em còn có bàn ghế mà học.

Được sự đồng ý của Cha, nhóm chúng tôi bắt tay vào việc liền. Các bạn nam khiêng bàn, các bạn nữ, hai tà áo dài cột chùm vào nhau, khiêng ghế xếp vào. Chắc hẳn các bạn còn nhớ?

Trường càng lúc càng đông người tị nạn, công việc cứu trợ càng ngày càng đòi hỏi nhiều người trợ giúp. Nhóm chúng tôi làm việc trong sự hăng hái, nhiệt tình, thật chăm chỉ, và rồi nhóm càng ngày càng thưa người dần. Bạn bè trao vội địa chỉ mới ở Sài Gòn và cùng hẹn nhau gặp lại nơi đó. Các bạn hối hả cùng với gia đình bắt đầu di tản. Tôi làm việc mải mê, đến nỗi không còn nhớ việc rút hồ sơ cho mình. Khi nhớ ra, lúc đó chúng tôi còn ba người (Phạm Thị Kim Diệp, Phan Thị Chính và Phạm Thị Bình).

Chúng tôi đang đứng tần ngần trước cửa văn phòng, lòng thật lo lắng, khi chứng kiến cảnh hỗn loạn của kẻ đập phá, nhảy bổ vào bên trong văn phòng, lôi hồ sơ của học sinh ra xé. Thật là khó khăn cho những người làm ở văn phòng lúc đó, họ đang giành lại và cù cưa với mớ giấy tờ bị kẻ xấu cướp giật.

Bỗng đâu Cha Huỳnh từ phòng Khánh Tiết đi xuống, thấy chúng tôi Cha hỏi: "Con làm gì đứng đây?" Tôi thưa với Cha: "Con muốn rút hồ sơ, để vô Sài Gòn, nộp thi trong đó." Nghe thế Cha bảo: "Ghi tên nhóm con và đưa cho Cha, Cha sẽ đưa cho chú Kính, chú ấy sẽ lấy sẵn, nhớ ngày mai đến sớm, chú ấy sẽ đưa cho con. Nhớ không được đến trễ nghe con." Tôi vội vàng viết tên ba đứa và trao cho Cha, và cùng nhau quày quả trở về nhà.

Sáng sớm hôm sau, tôi chở hai bạn Diệp và Chính đến trường thật sớm tìm chú Kính. Chú ấy trao cho tôi Thành Tích Biểu của lớp 10, 11 và giấy chứng nhận đang học lớp 12A1 tại trường Trung Tiểu Học Sao Mai, Đà Nẵng. Nhờ vậy, mà tôi có giấy tờ nộp ở Hội Đồng Thi Gia Định và mãi tận bây giờ, tôi có các hồ sơ, một kỷ niệm quý báu của đời học sinh tại trường Sao Mai.

Buổi sáng khi đi qua trường, trên đường đã thấy sự hối hả, tấp nập hơn mọi ngày, nhưng lúc về, đến Ngã Tư Quân Đoàn, người đông nghẹt, nhất là đoạn đường từ Ngã Tư về phía cầu Trình Minh Thế thì bị kẹt ứ, không thể nào nhúc nhích được. Ba đứa chúng tôi, phải dắt xe, lội đường ruộng từng đoạn trong khoảng bốn giờ mới về được đến nhà.

Trong lúc chờ đợi ở đầu cầu, lòng nóng như lửa đốt, vì không biết ở nhà như thế nào, phần vừa mệt, mồ hôi nhễ nhại, phần khát nước, đói vì nôn đi sớm, chưa ăn gì cả. Một kỷ niệm nhớ đời.

Qua ngày hôm sau – ngày 28-3-1975, tình hình hỗn loạn khắp nơi. Nhà nhà di tản, đường sá chộn rộn, kho quân tiếp vụ gần nhà tôi bị phá vỡ, kẻ xấu lợi dụng thời cơ cướp phá, làm tình thế hỗn loạn càng hỗn loạn hơn.

Vũ điệu Omely của lớp 12A1, Sao Mai Văn nghệ mùa Xuân 1975

Và từ đó, bạn bè chẳng còn gặp nhau nữa, tất cả chia xa, nhìn quanh trong gia đình, ai nấy cũng lộ niềm ưu tư, lo lắng trên khóe mắt, và nước mắt tôi đã lăn dài trên má, khi Ba tôi suýt chết trong ngày này, bởi những người giả dạng lính với súng trong tay, tra khảo Ba tôi về tiền bạc.

Đà nẵng quê Hương tôi
Suốt đời luôn ghi nhớ
Bạn bè thân yêu ơi
Ta đã xa thật rồi.

Lòng đau, ôi quặn thắt
Nỗi buồn bầm vết cắt
Biệt ly này ai đẩy?
Mái trường xưa còn đâu.

Tất cả xóa sạch rồi
Ký ức về trong tôi
Kỷ niệm của một thời
Ôi! nỗi buồn khôn nguôi.

(Montréal, 10-10-2024)

Hoạt cảnh LY RƯỢU MỪNG, lớp 12A1, SAO MAI, mùa Xuân 1975 tại rạp KIM ĐÀ NẴNG

Nhóm Thiện Chí ở biển Sơn Chà (tháng 1-1975)

KÝ ỨC THÁNG TƯ XƯA

Vẫn hoài nhớ năm xưa, ngày 28 tháng 3-1975, không biết ai đã điềm chỉ nhà tôi mà họ (một số người có súng) đến tra hỏi Ba về tiền bạc. Ba hoảng sợ chạy trốn, họ rượt theo đòi bắn. Tưởng đâu Ba chết sau hè.Tôi đã khóc và khóc thật nhiều. Họ bảo tôi đứng lại, tôi vẫn đi, đi kiếm xem Ba ở đâu. Mẹ chấp tay lạy, bảo đứng lại, không, họ bắn. Tôi quay lại và hỏi họ:

- Các người muốn gì? Tiền tôi không có.

Họ thấy nước mắt ràn rụa, ngập tràn trên mặt tôi, và đã quầy quẩy bỏ đi.

Bên kia đường, Ba đang vẫy tay ra hiệu cho tôi, lòng vui mừng khôn tả, Ba vẫn bình an.

Một lúc sau thấy yên ắng, Ba chở tôi lên nhà cha xứ, kể lại sự tình cho Cha nghe. Cha bảo:

- Chú đem cả nhà lên ở đây với tôi, e ở nhà không yên với họ đâu.

Vì sao và vì sao??? Bao nhiêu dấu hỏi trong đầu tôi. Họ là ai mà giờ này đi cướp của giết người? Thấy Ba ra chiều suy nghĩ thật nhiều và nét lo âu hiện rõ trên mặt. Ba tôi trả lời với Cha:

- Thôi con về, xem sao đã, có gì con sẽ gặp lại Cha.

Về đến nhà, Ba thở dài và nói với tôi:

- Ba không biết tính sao đây. Nhà mình đông, xem ra bất tiện quá. Nếu Ba đi một mình, Ba sẽ không đi. Mười một người chứ đâu phải ít, khó nghĩ quá con ơi. May thay lúc đó, Cậu tôi vừa dựng xe trước nhà, chạy vội vô, nói với Ba:

- Anh Ba, em đã thuê được tàu rồi, mau ra bến ngay, kẻo không kịp.

Ôi! Tôi mừng quá và giục Ba đi ngay thôi, vì mấy hôm nay, hai cô bạn thân, chiều nào cũng đến nhà từ giã, cho địa chỉ mới, bảo tôi cố gắng thuyết phục Ba vô Sài Gòn và hẹn gặp nhau trong đó, nên chi, nghe đi Sài Gòn, tôi mừng lắm.

Đà Nẵng, di tản, tháng 3 năm 1975
(Ảnh: Wordpress.com)

Mấy ngày trước, Ba quyết định ở lại Đà Nẵng, không đi đâu cả, vì các em tôi còn quá nhỏ, đường sá xa xôi, tàu bè say sóng, hơn nữa gia tài của Ba Mẹ, ở rải rác khắp nơi. Ngay trong lúc tình thế bất ổn, biến loạn như thế này, nghe Cậu tôi bảo thế, Ba ngập ngừng một lúc, trong khi tôi nài nỉ, thúc giục Ba nên đi. Cuối cùng Ba gật đầu và nhanh chóng đi thu dọn những thứ cần thiết để tùy thân.

Thật vội vã, tôi và Ba mỗi người một xe, chở Mẹ và các em ra bến tàu An Hải Tây. Hai chuyến đầu suông sẻ, chuyến cuối cùng, một mình tôi về lại nhà, để chở đứa em và lấy số hồ sơ cần thiết để nộp thi ở Sài Gòn. Quang cảnh bấy giờ trên đường thật hỗn loạn, kẻ xấu chặn lại, muốn cướp xe, tôi may mắn chạy thoát.

Về đến nhà, chạy vô phòng lấy chồng sách, giỏ mây đầy hình ảnh lưu niệm, hồ sơ vừa rút ở trường, rồi nhanh chóng lên xe. Xe đã nổ máy, ngập ngừng chưa dám đi. Anh Anh con bác Sáu Hải, từ trong nhà chạy ra hỏi:

- Em đi đâu vậy? Tôi trả lời:

- Giờ em phải ra bến tàu An Hải Tây, để vô Sài Gòn.

Anh nhìn tôi một lúc rồi bảo: "Chúc em và gia đình đi bình an", rồi anh trở vô nhà.

Nhìn con đường sắp sửa đi ngang qua mà lòng buồn vô hạn. Bất thình lình nhìn thấy anh Hóa vừa thắng xe trước nhà Kim Diệp. Anh mặc quân phục, vai mang súng, tôi hớt hải kêu anh. Anh chạy đến hỏi:

- Em đi đâu bây giờ? Ngoài đường hỗn loạn lắm rồi, em có biết không?

Tôi trả lời:

- Dạ, em biết, em đang sợ, nên chưa dám đi. Hồi nãy họ đòi lấy xe, may em chạy thoát được.

Anh Hóa liền nói:

- Anh đi kèm với em, phải nhanh lên, anh còn phải đến nhà Kim Diệp nữa.

Trên đường đi, thấy những cảnh xô bồ hỗn loạn, cướp giật như chỗ không người. Họ thấy anh Hóa có súng, nên không dám ách lại. Vừa đến chỗ tàu neo đậu, anh chào vội:

- Chúc em và gia đình đi bằng an.

Thế rồi anh lao xe đi về nhà Kim Diệp (người bạn, từ Hải Lăng, Quảng Trị, chạy vào Đà Nẵng năm 1972, cùng học trường Sao Mai với tôi thời Đệ Nhị Cấp (10B7, 11A1, 12A1, niên khoá 1974-1975. Tôi và Phạm Thị Kim Diệp mất liên lạc từ đó, người bạn, tôi luôn nỗ lực tìm kiếm đến tận bây giờ).

Suốt đêm đó, tàu không chịu nhổ neo, hục hặc chuyện tiền bạc, họ đòi tăng cao dần lên trên mỗi đầu người. Cuối cùng, chú C rút súng, tay kia cầm quả lựu đạn giơ lên và nói với chủ tàu:

- Ông có cho nhổ neo không? Nếu không, tôi sẽ bung lựu đạn và cùng nhau chết.

Nghe thế mẹ tôi la lên:

- Khoan đã cho mẹ con tôi lên bờ, rồi mấy anh muốn làm gì thì làm.

Thật ra, chú C chỉ hù dọa để chủ tàu sợ mà nhổ neo thôi. Cuối cùng tàu nhổ neo vào sáng ngày 29 tháng 3-1975.

Nhìn hai bên bờ sông Hàn, người đông như kiến, nhất là bên cảng Tiên Sa, quận Ba. Nhìn cảnh này, tôi thấy xót cả ruột gan. Tôi nghĩ dại, đạn pháo kích trúng vô nơi đây, ắt hẳn đồng bào mình sẽ chết rất nhiều.

Bến tàu sông Hàn Đà Nẵng
(Ảnh: Wordpress.com)

Tàu chúng tôi cứ thế mà chạy hết tốc lực, Ba tôi lúc nào cũng ôm cái radio bên mình. Khoảng chừng 4-5 giờ sau, Ba nói với tôi:

- Thôi hết rồi con ơi, họ đã chiếm đài phát thanh và đang phát sóng. Nước mắt tôi tuôn trào và Ba ôm tôi khóc, lòng đau thắt.

Vô đến Cam Ranh, nhóm chúng tôi thuê xe về Ba Ngòi, Vĩnh Cẩm lánh nạn. Lúc đầu, sống tạm nhà dân, che bạt nấu ăn bên ngoài, sau đó được người địa phương chỉ cho ngôi trường, và cùng nhau chuyển về đó. Nơi đây, sắn nhiều vô kể, tha hồ đào sắn, ăn sắn thay cơm. Tôi còn nhớ qui luật, đào một cây sắn, chúng tôi phải cắm lại một "hom sắn" ở chỗ cũ và mọi người răm rắp tuân theo. Ắt hẳn, mọi người trong nhóm còn nhớ?

Cam Ranh, mấy ngày sau, bắt đầu hỗn loạn, và cái gì đến đã phải đến. Rồi một đêm, Cậu tôi nói nhỏ với Ba tôi điều gì đó, tôi thấy Ba lắc đầu. Tôi hỏi: "Cậu nói cái gì vậy Ba?" Cậu tôi liền hớt lời, không cho Ba nói:

- Sáng mai, cậu và gia đình sẽ về lại Đà Nẵng, nói Ba con cùng về, mà Ba con không chịu.

Rồi Cậu bảo tôi:

- Con muốn viết thư cho bạn bè, viết đi, Cậu sẽ mang về cho.

Tôi viết bốn lá thư trong đêm cho các bạn: Hồng Lê, Kim Cương, Kim Diệp và Chính. Sáng ngày hôm sau, mọi người lục đục lên xe lam ra bến tàu. Bất ngờ, Ba nói với Mẹ và tôi:

- Mình cùng đi luôn.

Thế là mấy gia đình cùng lên xe ra cảng Cam Ranh. Trên đường đi, nghe nhiều tiếng súng nổ, đạn pháo kích rền vang khắp nơi, xe ngừng lại, mọi người đi kiếm chỗ nấp, mạnh ai nấy chạy núp sát hai bên lề đường, ở mái hiên nhà dân. Khi nghe im, lại lên xe đi tiếp. Cuối cùng cũng ra tới bến, xuống tàu và tiếp tục cuộc hành trình.

Hôm ấy trời trong, biển lặng, tàu chúng tôi lướt sóng êm ả. Khoảng chiều chiều, Cậu tôi lấy thư tôi viết cho các bạn, xếp thành những chiếc tàu nhỏ, thả xuống biển rồi nói:

- Biển ơi, mang dùm những lá thư này, chuyển đến các bạn của cháu Bình ở Đà Nẵng với nhé.

Thấy thế, tôi hỏi Cậu:

- Tại sao Cậu nói vậy?

Cậu tươi cười bảo:

- Mình không về Đà Nẵng, mà tiếp tục đi Sài Gòn con à.

Lòng tôi vô cùng mừng vui, vì nghĩ vô đó, sẽ gặp lại Cương, Lê, hai nhỏ bạn thân, rồi được tiếp tục học và thi Tú Tài II trong đấy.

Những ngày ly loạn
(Ảnh: Google)

Từ Đà Nẵng vô Sài Gòn, chúng tôi đi hai chiếc tàu nhỏ, lần này, chúng tôi đi chung trong một chiếc tàu lớn. Trời nắng ấm, biển yên lặng, tàu đang rẽ sóng nhịp nhàng, thình lình cơn bão ập đến. May quá, thấy ngọn Hải Đăng Kê Gà trước mặt, tài công đổi mũi tàu về hướng đó. Trong lúc nấp bão tại đây, trên thuyền, chị Chín mang thai và đang chuyển dạ, chị đau quá, rên la, khóc lóc. Trên tàu không có ai biết về hộ sinh, cả tàu rất lo lắng cho chị. Đến khi cùi tay của đứa bé trồi ra, Mẹ tôi thực sự hoảng hốt, vì biết đây là ca sinh khó, đó là theo kinh nghiệm của bà sau 9 lần sinh nở. Đứng trước cảnh tượng này, chẳng đặng đừng, Mẹ tôi thốt lên:

- Lạy Chúa, xin Chúa giúp, không thôi mẹ con họ chết mất.

Mẹ yêu cầu nấu nồi nước sôi, rồi bà lòn tay đưa cùi tay em bé vào, và tìm cách xoay chiều để đưa đầu em bé ra, cuối cùng em bé ra đời với tiếng khóc oa, oa. Lúc ấy, cả tàu ai cũng mừng vui nhẹ nhõm. (Sau này, khi Mẹ tôi sang Canada, tình cờ liên lạc được với các cậu của em bé, mẹ và tôi sang dự đám cưới của em tại Ohio, lúc đó mới biết cậu đặt tên cho em là Hải Đăng, để kỷ niệm ngọn Hải Đăng thuở nào trên đường di tản).

Trên đường đi tản
(Ảnh: Google)

Sau cơn bão, chúng tôi tiếp tục cuộc hành trình và tàu đã cập bến Long Thành, từ đó thuê xe về Gia Định.

Đến Sài Gòn, tôi thật mừng vui, ngay ngày hôm sau, Ba cùng tôi đi xuống Ngã Tư Bảy Hiền để tìm kiếm người quen. Đến đó, tôi gặp lại người bạn láng giềng thân thiết, cậu Ngọc, người đã giúp chở tôi đi nộp đơn thi tại Hội Đồng Thi Gia Định.

Coi như việc thi cử tạm ổn, bấy giờ tôi bắt đầu cuộc hành trình đi tìm bạn. Cậu Ngọc chở tôi đến từng nhà bà con của hai bạn Cương, Lê để dò hỏi tin tức, nhưng hai bạn đều không có mặt ở Sài Gòn lúc này. Tôi thất vọng và lòng buồn vô cùng, vì luôn nghĩ trong đầu, hai bạn ấy chắc chắn đã vào đến Sài Gòn rồi, vì Ba của hai bạn có điều kiện đi dễ dàng, một người là Đại Tá, một người làm trong quân đội.

Tôi tiếp tục tìm kiếm thêm người bạn thân, người mà tôi hay liên lạc thư từ, đang làm việc tại bệnh viện Chợ Rẫy. Rất may, đến bệnh viện gặp cô Y Tá, hỏi tên bạn, ngay lúc bạn vừa đi tới, chưa kịp mừng vui, bạn bảo tôi đi nhanh lên lầu, vì có người An Cư I, bị cửa máy bay kẹp, gãy một chân trong lúc di tản, chân anh ấy vừa được cưa xong.

Vừa vô phòng, tôi thật bàng hoàng, không ai xa lạ, đó là anh Hai Thạnh, anh trai của Hồng Thu, người bạn thân của tôi, nước mắt lại lăn tròn. Thăm anh thật nhanh, thấy cô bạn quá bận bịu, bệnh nhân đưa vào quá đông, tôi đành từ biệt và tất tả đi về nơi tạm trú (Người bạn này, tôi đã kết nối được trên Facebook sau 47 năm chúng tôi bặt tin nhau, từ lần gặp đó).

Sài Gòn bấy giờ, tấp nập với dòng người từ các nơi chạy về. Mấy ngày sau, Sài Gòn cũng như Đà Nẵng, Cam Ranh, bắt đầu hỗn loạn, mọi người ai nấy lo di tản. Ba và các Bác, các Chú quyết định dọn về trại gia binh Thủ Đức.

Thời gian này, lòng tôi buồn kinh khủng, lo lắng, hoang mang, bỡ ngỡ, sợ hãi đủ điều. Khi tiếng súng không còn, Ba cùng tôi về Gia Định, Ngã Tư Bảy Hiền thăm lại những người thân quen. Đi ngang qua xa lộ Đại Hàn, xác người chết, áo quần, giày dép vương vãi khắp nơi. Lòng tôi đau như cắt, nước mắt lại tuôn rơi. Đến nơi, gặp lại cậu Ngọc cho biết có chuyến xe vận tải sắp chở người về Đà Nẵng, còn dư một chỗ, tôi liền nói với Ba:

- Con sẽ về trước, xem nhà cửa thế nào, hàng hóa ra sao, sẽ nhắn tin cho Ba, rồi gia đình hẵn trở về.

Ba tôi do dự một lúc, thấy tôi nài nỉ, Ba mới gật đầu. Ngày hôm sau, tôi leo lên xe tải, ngồi lọt thỏm trong đó, về lại Đà Nẵng.

Về đến nhà, nhà bị niêm phong, các cửa đều bị đóng chặt, đành qua ở tạm nhà bạn. Hằng ngày chỉ biết cầu mong cho gia đình sớm đoàn tụ.

Gần tháng rưỡi rong ruổi rời xa Đà Nẵng, muôn trùng cay đắng, cuối cùng như muối đổ biển. Ôi tháng tư, làm sao tôi quên được tháng tư đây?

(Montréal, 18-04-2023)

LAO ĐỘNG VINH QUANG SAU NGÀY ĐỔI MỚI

Năm 1976, sau khi học tập chính trị, đã thông tư tưởng "Lao động là vinh quang", quận Ba, Đà Nẵng, nơi tôi cư trú, chỉ thị mỗi gia đình phải có một người đi lao động nghĩa vụ trong một tháng ở Tiên Phước.

Gia đình tôi có ai đâu, việc gì khó có con cả gánh hết, thế là bắt đầu tôi lo chuẩn bị đồ đạc, xoong nồi, chén bát, thuốc sốt rét, ôi thôi đủ thứ lung tung xà bần. Còn thiếu một vài thứ, phải đi sang chợ vườn hoa mua thôi.

Đến chợ, bước vô cửa hàng, sờ hỏi món hàng nào, lại nghe có giọng nam cũng hỏi món hàng đó, thấy lạ quá tự hỏi ông nào mà kỳ vậy ta? và nhìn sang bên trái. À, thì ra ông nầy đây, đó là một người bạn học khá thân quen. NC bèn kéo tôi ra ngoài đường rồi hỏi nhỏ:

- Có phải B chuẩn bị đi lao động không?

Tôi gật đầu và trả lời:

- Đúng vậy, hai ngày nữa phải đại diện gia đình đi lao động nghĩa vụ một tháng ở miền núi.

Bạn liền nói nhỏ:

- Hãy trốn, đừng đi nghe, đi về sẽ mang bệnh "Sốt Rét"

đó.

Tôi trả lời:

- Không trốn được đâu, họ sẽ làm khó dễ gia đình, chả lẽ để Ba của B đi sao?

Người bạn cứ bảo "trốn đi, trốn đi, nhớ nhé!", rồi chia tay vội vã.

Quá bàng hoàng trong rừng sâu
(Hình minh họa)

Đến Tiên Phước vào một buổi chiều, nhận chỗ ở, ngày hôm sau phải đi phát rừng liền. Trên đường đi, thấy nhiều vắt có màu nâu lúc nhúc trên những lá khô mục, còn trên những cành cây thì màu xanh lá, chúng biến hóa theo màu lá với môi trường đang sống. Khi đi ngang qua những tàng cây, nó thường nhảy, búng theo người mình, còn dưới mặt đất, chúng thường búng lên trên giày và len lỏi chui nhanh vô đó, mỗi kẽ chân một con bám chặt vào. Bình thường, những con vắt này nhỏ tí xíu như que tăm, nhưng khi hút máu xong, no tròn như chiếc bánh men con sâu, trẻ nhỏ hay ăn.

Mỗi buổi sáng, tôi nghĩ để tránh cho vắt khỏi chui vào những kẽ chân, sau khi mang giày Bata, tôi mang thêm một bao ni lông, bọc bên ngoài, vậy là yên tâm đi làm. Nhưng chiều nào về cũng khóc, mở đôi giày ra, mỗi kẽ chân, máu tươm ra, có một con vắt tròn trùng trục nằm trong đó.

Nỗi ám ảnh kinh hoàng

(Hình minh họa)

Có một lần đi ngang qua mấy bụi rậm, vắt búng vào người và bò lên tới cổ, nghe bạn bè la lên: “ Bình! vắt lên tới cổ mi kìa, coi chừng nó bò vô trong”, thế là tôi vất cái rựa, không cần biết có đụng ai không, hai tay phủi lia lịa, miệng la làng, nước mắt chảy đầm đìa, mặt cắt không còn giọt máu. Rồi từ đó, mấy anh trong đội không cho chặt cây nữa, sợ có người bị đứt cổ với cái rựa của tôi.

Các anh đốn hai cây to, xô sao cho cây nọ vắt ngang qua cây kia, trảy hết nhánh và bế con bé lên ngồi trên đó, nhiệm vụ là nhìn trời mây, quan sát khi có người đến và “giám sát” các anh chị làm. Khi nào, có quận đoàn đi khám, tôi hô lên và nhảy xuống, làm bộ phát ít cái, khi họ đi rồi, con bé được bế lên ngồi lại ở vị trí cũ. Hihihi… Chiều về, lại được bầu lao động tiên tiến của đội và cứ thế ngày nào cả đội cũng được trận cười vang khi bầu bán.

Lúc tổng kết đợt lao động sau một tháng, tôi được nêu tên, lên nhận lãnh bằng khen lao động tiên tiến, điều này làm cả đội có một trận cười vui trong ngày mãn khóa.

Sau ba mươi ngày, lăn lộn trong rừng , bao nhiêu điều cực khổ, máu và nước mắt đầm đề, ấy thế, tôi không hề bị sốt rét như Ba lo sợ cho tôi lúc ban đầu, vì tôi rất chú ý trong cách nấu nước đun sôi.

Khi xe về đến nơi, các anh, chị chạy đến bảo với Ba tôi “Con Bình lao động giỏi quá chú ơi!”. Tôi liền cười toe, khoe cái bằng lao động tiên tiến làm Ba tôi trố mắt ngạc nhiên, sau đó thấy mọi người cười vang dường như hiểu được chuyện, Ba nhìn tôi ra điều thích thú, miệng cười chúm chím.

Một kỷ niệm đọa đày với nhiều âu lo, sợ sệt, y hệt lần đầu

tiên rời xa gia đình với cuộc hành trình đầy mạo hiểm, nhưng cũng lắm niềm vui, tếu, ấm áp tình người. Ôi! nhớ lắm các anh chị của giáo xứ tôi, lòng tôi luôn nhớ đến những người đã rời xa cõi tạm này.

(Montréal, 10-06-2024)

TUỔI TRẺ TRONG THỜI BAO CẤP

Năm 1975, sau khi đậu tốt nghiệp Phổ Thông Cấp Ba, chúng tôi bảy đứa nộp thi đại học ở Huế. Khi xếp hàng chờ lấy số báo danh trên đường Lê Lợi, nhìn sơ qua tôi đã đoán trước được là không có đứa nào đậu cả, vì có quá nhiều bộ đội xếp hàng nơi đây, họ là những người có điểm cộng rất cao, còn chúng tôi, hầu như đứa nào cũng có điểm trừ, không nhiều thì ít. Tôi nói với các bạn:

- Lần nầy, tụi mình ra Huế chơi một chuyến rồi về, không có đứa nào đậu đâu.

Mấy người bạn hỏi tôi:

- Tại sao mi nói vậy?

- Các bạn nhìn xem, thấy gì nhiều nhất trên đường Lê Lợi nầy?

Các bạn nhìn một lượt rồi cùng nói:

- Bộ đội mặc đồ xanh là nhiều nhất.

- Họ có điểm cộng, chúng mình điểm trừ, với số người đông như vậy, làm gì đến phiên mình.

Đúng như lời tôi nói với các bạn, không một ai đậu cả, mặc

đầu bài thi không khó đối với chúng tôi năm đó.

Chuỗi ngày này thật buồn, rất buồn, thấy tương lai mờ mịt, bạn bè thi nhau kiếm đường đi, có đứa đi lâm trường, làm việc trên miền núi, có đứa đi làm đường sắt (những bạn này học rất giỏi nhưng gia đình nào cũng dính với chính quyền cũ, nên đành chấp nhận thôi), đa số các bạn tôi làm giáo viên với "sư phạm đứng" (không cần trải qua trường lớp, về quê, địa phương cần giáo viên, họ mời vô dạy), "sư phạm ngồi", (học 6 tháng, ra dạy liền); "sư phạm nằm" (học một năm, dạy cấp I, học hai năm, dạy cấp hai).

Núi đôi An Ngãi, những ngày bên nhau (1978)
(Từ trái sang: Nga, Thu Ba, Bình, Nguyệt Thu, Trúc)

Thấy các bạn cùng lớp lần lượt đi hết, không còn gặp ai nữa, tôi bắt đầu đi chứng lý lịch, định bụng có tuyển ngành nghề gì thì nộp, Ba biết được, đem lý lịch tôi ra xé và bảo: "Ba còn đủ sức nuôi các con, cứ ở nhà với Ba, không đi đâu cả". Thế là đành lẩn quẩn ở nhà với Ba Mẹ, trông nom em út.

Khối phố tôi ở, có một người công an khu vực, anh này thích tôi và đeo đuổi tôi mãi, cứ tìm cách xuống nhà để gặp mặt, thấy anh đến, liền đi kiếm Ba ra tiếp, tôi vừa đi vừa nói:

- Anh đến tìm tổ trưởng phải không, để em đi gọi Ba em.

Tôi luôn viện cớ Ba là tổ trưởng, phải lên tiếp công an, nên gọi Ba xong, tôi liền chạy qua nhà hàng xóm trốn. Nhiều lần như vậy, anh công an đâm hận và để tâm đưa tôi đi nghĩa vụ quân sự (Đó là đợt nghĩa vụ quân sự đầu tiên cho chiến trường Campuchia). Nghe đâu anh này đi vượt biên, bây giờ đang ở bên Úc.

Tôi còn nhớ rõ, quận Ba Đà Nẵng có tổ chức ba ngày cắm trại để học tập chính trị, cuối cùng họ phát cho mỗi người tờ đơn "Tình nguyện đi Bộ Đội" và bảo hãy ký vô. Tôi không chịu ký, vì tôi không có tình nguyện, nhưng họ bảo tất cả mọi người đều phải ký, đó là một sự ép buộc. Do đó, người công an khu vực này, có cớ để đưa tôi đi bộ đội.

Anh ta đến nhà cô Chín (người quen thân của anh ta trong khối phố) kể rằng anh ta thương tôi, mà tôi khinh thường anh ta, không thèm nói chuyện với anh, nên lần này anh nhất định cho tôi biết tay anh mới được. Cô Chín thấy tôi đi ngang qua nhà, kêu tôi vô, kể lại hết cho tôi nghe, thế là khi thấy giấy gửi về nhà, tôi bắt đầu lẩn trốn. Lúc nằm dưới gầm giường, lúc nằm trên máng xối, trốn chui, trốn nhủi, cho qua đợt đó. Xong đợt nghĩa vụ quân sự, đến đợt nghĩa vụ lao động đắp đập Phú Ninh ba năm. Tôi cũng được cô Chín báo cho biết, giấy về tôi trốn tiếp. Những ngày tháng trốn đó, tôi không hề thấy mặt trời, vì ló mặt ra, thế nào cũng bị bắt. Ông Tám Do là người ở giáo xứ tôi, thay thế chú Bốn Hòa (chú làm Khối trưởng khối phố An Cư trước tháng tư, năm 1975), sau ngày ba mươi tháng tư. Ông hay dẫn vũ trang đến nhà tìm bắt tôi.

Có một buổi sáng sớm, chừng khoảng 3-4 giờ, Mẹ tôi bảo tôi chở Mẹ qua nhà chú Bảy (bạn thân của Ba Mẹ tôi ở Đà Nẵng) lấy hàng về bán, phải đi sớm về sớm, không thôi, họ thấy và bắt tôi ngay. Chở Mẹ đi mà tôi lẩm bẩm:

- Sống như thế này, thà chết còn hơn, mong sao có chiếc xe nào tông vô con, chết liền tại chỗ cho rồi.

Nghe thế Mẹ tôi bảo:

- Con chở Mẹ đi, sao nói tầm bậy vậy?

Nào ngờ vừa đến Ngã Ba Non Nước, một chiếc xe Jeep của Mỹ để lại do mấy người bộ đội lái, từ hướng Sơn Chà về Non Nước, tông vô xe tôi. Xe ngã, Mẹ và tôi mỗi người, mỗi nơi. Tôi lo sợ cho Mẹ, chưa kịp hỏi Mẹ, Mẹ đã lên tiếng: "Con có bị sao không? Mẹ không sao cả". Tôi trả lời với Mẹ: "Con không sao cả". Vè xe bị bể, thấy thế Mẹ nói "Con đạp xe thử có nổ không", tôi đạp xe, thấy nổ và Mẹ bảo tôi: "Thôi, con về nhà liền đi, ở đây có nhiều xe thồ, Mẹ kêu họ chở đi được rồi".

Về đến nhà, tôi thấy bên chân phải đau nhức, thì ra ngón chân cái đã bị trật khớp, sưng to, xương trật nhô sang một bên. Thấy vậy, tôi nảy ra ý định quấn chân đó lại, bèn kiếm quần áo cũ, xé ra quấn lên tới bắp đùi, rồi vô phòng nằm. Chẳng bao lâu sau, ông Tám Do, lò mò dẫn hai người vũ trang đến bắt. Ba tôi bảo:

- Con Bình mới bị xe bộ đội tông, nằm trong phòng đó. Anh muốn bắt nó, bảo hai đứa này về kiếm cái võng, đến khiêng nó đi.

Nghe thế , ông vào phòng hỏi:

- Mi bị cái gì vậy?

Tôi trả lời:

- Con mới bị xe bộ đội tông, gãy chân rồi, chuẩn bị ra bệnh viện khám và bó bột.

Nghe thế, ông làm thinh ra về. Thế là thoát thêm một lần nữa. Thoát được đợt này, chưa chắc thoát được lần tới , vì nghĩa vụ lao động này kéo dài, hết đợt này đến đợt khác. Cái ngón chân cái đó của tôi, không được kéo xương và băng bó liền ngay lúc đó nên thành tật luôn cho đến ngày hôm nay.

Sau trận này, tôi khóc và bắt đền Ba: "Tại Ba không cho con đi học, đi làm như các bạn, nên bây giờ mới ra nông nỗi này". Ba tôi, lúc đó rất buồn, vì không có cách nào bảo vệ được cho con gái nữa, Ba đành bảo tôi: "Bây giờ, con muốn làm gì thì làm, Ba không đặt miệng vô đâu".

Từ đó, tôi luôn canh chừng xem có khóa tuyển sinh nào không. May quá, trường Mẫu Giáo Trung Ương ở Hòa Khánh, có đợt thi tuyển sinh mới. Thế là tôi đem lý lịch đi chứng. Chứng làm sao được đây, đã hai lần trốn nghĩa vụ, ông phường trưởng biết mặt tôi, sức mấy mà ông chứng! Tôi bèn nghĩ cách, đứng chờ lấp ló trước của nhà dân gần đó, khi nào thấy ông đi ra khỏi cửa, tôi chạy vô liền, xin người thay thế ông chứng giùm, vì người này không hề biết mặt tôi.

Có lý lịch trong tay, tôi liền nộp đơn thi và đã đậu khóa đó, nhưng được chuyển qua bên Trung Học Sư Phạm Thanh Khê, thay vì Mẫu Giáo Trung Ương. Tôi không hiểu vì sao họ chuyển tôi qua đó, có lẽ, một là bên kia thiếu người, hai là điểm tôi cao, họ chuyển tôi sang đấy. Lúc ấy, tôi chẳng cần thắc mắc, miễn sao được nhập học, tránh lao động nghĩa vụ ba năm là vui rồi.

Vào trường Sư phạm, mấy tháng đầu, tôi về khóc với Ba, vì tôi không thể nào chấp nhận vượn biến hóa thành người, tôi đòi bỏ học, Ba khuyên mãi, cuối cùng tôi đành nghe theo lời khuyên của Ba, ở lại học để khỏi đi lao động ba năm. Tôi nhập học đã ba tháng, vậy mà ông Tám Do vẫn còn dẫn vũ trang đến nhà kiếm bắt tôi. Ba tôi đưa hộ khẩu đã cắt để nhập vô bên trường Sư phạm cho ông ấy xem, ông ấy tức tối bảo ai cắt hộ khẩu cho nó. Ba tôi nói với ông ta: "Anh muốn bắt nó, hãy vô trường Sư phạm mà bắt".

Đoàn thực tập của lớp A1, trường Sư Phạm Thanh Khê, Đà Nẵng tại Điện Nam (1978)

Vào trường Sư phạm, tôi được chọn vào ban văn nghệ của trường, múa, hát thay vì đi lao động. Nghe lời khuyên của Ba, ngoài việc múa, hát, tôi âm thầm lo học, chỉ cầu mong cho khóa học chóng xong. Trước khi mãn khóa hai tuần, anh Cam, cờ đỏ của trường cho biết, tôi được giữ lại làm việc tại trường. Hai ngày sau anh Cam bảo tôi ra biển Thanh Khê, cô

Nguyên (Cô giáo chủ nhiệm lớp tôi) muốn gặp tôi ở đó.

Anh Cam này, ban đầu tôi rất sợ anh, nhưng tình cờ, một hôm, anh ngồi ăn cơm chung với bốn đứa tôi (bàn ăn gồm 5 người), câu nói chơi của tôi: "Nhà tôi ở Ái Nghĩa", anh ấy hỏi: "Nhà mi ở Ái Nghĩa, mà ở chỗ nào?". Tôi nói: "Nhà tôi đối diện với sân banh"(địa chỉ này là nhà của dì Năm tôi), anh nhìn tôi cười cười(thì ra nhà anh Cam ở Đại Lộc, anh quen thân với dì Năm của tôi), anh hỏi tôi: "Có phải mi là con Bình, con chị Hai Hòa và anh Ba Phước ở An Cư Ba không?. Tôi hỏi lại anh: "Làm sao anh biết Ba Mẹ tôi? Anh cho biết, anh là bạn thân của cậu Phải tôi, hai người học chung lớp ở Phan Châu Trinh trước kia. Anh hay qua nhà Ngoại tôi chơi nhất là dịp Tết, Ba không thích mấy Cậu đánh bài, nên Ba xúi tôi hốt bài, hốt tiền chạy, anh là người chạy theo giật lại và cú đầu tôi hơi nhiều, nên vẫn còn nhớ tôi. Thế là từ đó, tôi không còn sợ anh Cam nữa, mà lại thân thiết với anh như người trong gia đình. Chắc mấy bạn trong lớp A1, niên khoá 1977-1978 thắc mắc nhiều về điều này?

Chiều đó, khi tôi ra gặp cô Nguyên, cô hỏi tôi:

- Sắp ra trường, nguyện vọng của đồng chí như thế nào?

Tôi trả lời:

- Như Cô đã biết trong lý lịch của em, em là con cả, em út thì đông, em mong được phục vụ gần nhà, để phụ giúp Ba Mẹ trong vấn đề dạy dỗ các em.

Cô nghe thế liền nói:

- Vậy là nguyện vọng của đồng chí phù hợp với nguyện vọng của nhà trường.

Nghe vậy tôi mới hỏi:

- Nguyện vọng của nhà trường là sao Cô?

Cô bảo:

- Đồng chí được giữ lại làm việc tại trường.

Nghe thế tôi mừng quá đỗi, vì chính nhà trường đã cử Cô nói chuyện đó với tôi, chứ không phải tin hành lang trước đây hai ngày. Cuối tuần đó, về nhà, Ba hỏi tôi: "Bao giờ con mãn khóa, để Ba nhờ chú Lầu giúp cho con được dạy gần nhà". Chú Lầu là bạn thân của Ba khi còn trẻ, chú đi tập kết ra Bắc, nay về tìm kiếm lại Ba tôi. Chú làm bên phòng giáo dục Đà Nẵng. Nghe thế, tôi liền nói: "Không cần đâu Ba ơi, con được giữ làm việc tại trường rồi". Ba tôi hỏi lại có chắc chắn không. Tôi nói: "Chắc chắn 100% đó Ba, chính cô giáo chủ nhiệm lớp nói với con ngày hôm kia. Cô còn cho con biết, trường giữ lại hai người, con thì chắc chắn 100% rồi, chỉ còn Nguyễn Thị Hồng phải còn xét lại, vì Ba của bạn đó đi cải tạo chưa về. Ba yên tâm đi".

Cuối cùng ngày ra trường đã đến, tôi đang chờ đợi được nghe tên để lên nhận quyết định của trường. Nào ngờ, nhà trường xướng tên hai học sinh tiên tiến, trong đó có tôi. Thật quá bất ngờ, không bao giờ nghĩ tôi sẽ là học sinh tiên tiến cả. Đang lớ ngớ, các bạn giục tôi lên nhận bằng và quyết định. Nhìn vào tờ quyết định của nhà trường, tôi sững sờ, tôi phải lên Quế Sơn nhận nhiệm sở, nơi này ở đâu, tôi không biết, hai hàng nước mắt tuôn trào tôi đã khóc ngon lành rồi nói "Tại sao là như vậy?". Các bạn thấy tôi khóc, chạy lại hỏi: "Mi được giữ lại trường, tại sao mi lại khóc?". Tôi mếu máo trả lời: "Họ gạt tôi rồi". Anh Cam nghe vậy lấy tờ giấy quyết định xem và anh thốt lên: "Tại sao là như vậy?". Thật là quá ngỡ ngàng đối với tôi lúc đó.

Sau này, trước khi đi lên Quế Sơn nhận nhiệm sở, tôi lên chào người bạn để sáng mai đi. Tôi kể lại câu chuyện này cho bạn ấy nghe, lúc đó có một bạn nam khác cũng đang ở đó, bạn mới hỏi tôi: "Có phải học trường Thanh Khê không? Tôi nói đúng, bạn ấy cười và nói tôi khờ quá. Nhà trường đã cho người cò mồi bạn, vì biết nhà bạn có tiền, mà bạn không xoè tiền ra, thì họ phải tìm người khác thế bạn để kiếm mớ tiền đó bạn ơi. Tôi mới trả lời: "Từ hồi nào đến giờ, học tập chính trị, họ luôn nói ngụy mới ăn hối lộ, chứ Đảng ta không bao giờ có như thế mà". Lúc đó, bạn ấy mới nói ông Hồ Ban, hiệu trưởng của trường tôi học là chú ruột của bạn ấy.

À thì ra là như vậy. Niềm tin đã không còn trong tôi từ đó. Một bài học nhớ đời đối với tôi.

(Montréal, 01-11-2024)

QUÉBEC ĐẤT LẠNH TÌNH NỒNG

Sau năm năm của thời bao cấp, tôi đã chứng kiến, trải qua bao nhiêu sự khổ cực, chèn ép của các đợt nghĩa vụ, ăn uống kham khổ khi đi dạy, sinh bệnh tật, thuốc men không có. Để sống còn, tôi và bốn đứa em rời Việt Nam trên một chiếc tàu nhỏ vào đêm 19 tháng 6 năm 1980.

1.

Chuyến đi thật hãi hùng, nhiên liệu và thức ăn không đủ cho chuyến Hải hành, cộng vào đó, số người đi tăng gấp đôi với dự liệu lúc ban đầu. Thuyền chúng tôi hai lần gặp bão, tưởng đâu sẽ chết trong vài phút tới với ngọn sóng phủ đầu cao nghều nghệu. May thay, cả hai lần, thuyền của chúng tôi đều được cập bến bình an ở đảo Hải Nam.

Sau 13 ngày với cuộc hành trình chịu nhiều sóng gió, đói khát, cơ cực với nắng mưa, phong ba bão tố, bị ngư phủ Tàu, quàng dây vào thuyền chúng tôi định cướp, may mắn các chú cắt dây kịp thời và thuyền chúng tôi chạy thoát. Cuối cùng chúng tôi cũng đến được bến bờ tự do bình yên, được tạm trú trong trại tỵ nạn Kaitak East, HongKong. Thuyền chúng tôi mang số 1059.

2.

Cô em gái, đi vượt biên trước tôi một năm rưỡi, ngày năm chị em tôi đến HongKong, là ngày cô em gái lên máy bay, đi Québec, một thành phố thuộc tỉnh bang Québec của Canada. Do đó, chị em chúng tôi không gặp nhau ở HongKong.

Những ngày đầu tiên của 5 chị em ở 320, des Commissaire, Québec, Canada.
(Từ trái sang, hàng đầu: Phạm Hoàng Mai, Phạm Hoàng Phương. Hàng sau: Phạm Hoàng Lan, Phạm Thị Bình, Phạm Phú Hoàng. Người chụp: Thầy Lâm -1981)

Qua thủ tục tại trại tỵ nạn, hồ sơ của năm chị em tôi được xếp vào danh sách của Canada, với lý do có thân nhân ở Canada. Vì thế khi được tin chúng tôi đến trại tỵ nạn HongKong, bạn Trần Ngọc Hải, con của bác Hồng Phúc ở cùng giáo xứ, báo tin cho cha Hoàng Xuân Nghiêm ở Michigan, nhờ Cha bảo lãnh cho năm chị em tôi sang Mỹ. Hồ sơ của chúng tôi được xếp vào hồ sơ Canada, nên Cha không thể nào đem chúng tôi sang Mỹ với Cha được.

Thế là buồn hiu, chúng tôi đành phải chờ đợi, để được phía bên Canada bảo lãnh.

3.

Sau khi được hội Covipa ở Québec bảo lãnh (hội COVIPA được thành lập bởi một nhóm người, đa số là người Việt tại thành phố QUÉBEC với mục đích giúp bảo lãnh, bảo trợ cho các thuyền nhân trong các trại tỵ nạn), chúng tôi rời HongKong ngày 25 tháng 2 năm 1981 (vừa đúng bảy tháng hai ba ngày) trên chuyến bay Cathay Pacific đến Montréal, sau đó được hội COVIPA đưa về thành phố Québec.

Ôi! Không thể nào diễn tả được sự vui mừng của chúng tôi lúc đó.

Canada có 10 tỉnh bang, duy nhất tỉnh bang Québec nói tiếng Pháp, nên bất cứ người nhập cư nào đến đây, cũng đều phải học 7 tháng tiếng Pháp tại các trường COFI.

Tôi vẫn còn nhớ, ngày đầu tiên, người đại diện hội COVIPA dẫn hai chị em chúng tôi (tôi và Hoàng, em trai 18 tuổi) đến gặp ông Beaulieu, Hiệu trưởng trường COFI, ông hỏi tôi hai câu:

- Comment allez-vous?

(Các em có mạnh khỏe không?)

Tôi liền trả lời:

- Nous Allons très bien, merci et vous?

(Chúng tôi rất khỏe, cảm ơn, còn ông?)

Ông lại hỏi tiếp:

- Quel est ton nom?

(Tên em là gì?)

- Mon nom est Bình.

(Tên tôi là Bình)

Ông quay sang hỏi em trai tôi mấy câu nữa, em trả lời được, ông bảo chúng tôi biết tiếng Pháp và xếp vào lớp ba.

Ngày đầu tiên vô lớp ba ở COFI, hai chị em tôi thật ngỡ ngàng, mỗi người trong lớp, tay cầm tờ báo tiếng Pháp, ai nấy cười vui và bắt đầu đàm luận tin tức trong đó. Hai chị em tôi không hiểu gì cả, tôi thật quýnh quáng và ứa nước mắt.

Đi học về là khóc, hễ nghĩ đến việc học tiếng Pháp là tôi khóc, khóc bất cứ lúc nào khi nghĩ đến lớp tiếng Pháp ở trường COFI, vì quá lo sợ, tủi thân trong sự bất đồng ngôn ngữ lúc bấy giờ.

4.

Rồi một hôm, sau khi tham dự thánh lễ Chúa Nhật, tôi đến bên cha André Lamothe. Cha là người Canada, thuộc dòng Jesus, Cha có sang Việt Nam truyền giáo một thời gian, Cha cử hành Thánh lễ vào ngày Chúa Nhật bằng tiếng Việt cho cộng đoàn Công Giáo Việt Nam nơi đây. Tôi thưa với Cha trong sự tủi thân, hai mắt rớm lệ:

- Xin Cha giúp con đến trường COFI gặp ông Hiệu Trưởng, xin ông ấy cho chúng con xuống lớp một, vì vô thẳng lớp ba như vậy, con không hiểu gì cả.

Cha Lamothe trả lời:

- Con yên tâm đi, Cha sẽ nhờ một Thầy dạy thêm cho chúng con, chúng con sẽ theo kịp họ.

Cha Lamothe nhờ thầy Lâm (thầy Lâm trước kia, bây giờ là cha Lâm ở Québec) dạy tiếng Pháp cho hai chị em tôi một tuần hai buổi. Một buổi ở nhà tôi và một buổi ở nhà một bạn khác.

Hình lưu niệm với cha André Lamothe (1981)
(Từ trái sang: Hoàng, Trung, cha André Lamothe, Bình)

Thấm thoát năm tháng học tiếng Pháp đã xong và ngày ra trường đã đến. Thay vì học bảy tháng, chúng tôi chỉ được học có năm tháng.

Với thời gian học tiếng Pháp như vậy, chẳng thấm vào đâu cả. Mỗi lần có thư chính phủ gởi về, tôi đọc không hiểu lại khóc, bèn cầu cứu với người Cậu ở bên Mỹ, gởi gấp cho tôi cuốn tự điển PHÁP-VIỆT, VIỆT-PHÁP. Nhận được cuốn tự điển mỏng, mừng vô cùng, cuốn tự điển này là cứu cánh, tôi tra cứu nhiều đến nỗi trong một thời gian ngắn, nó rách tả tơi, mà khó khăn vẫn hoàn khó khăn. Tôi thầm nhủ với mình "Bình ơi, mi sang đây phải mau hội nhập với đời sống nơi đây, nếu không mi như người mù, người câm, người điếc". Và tôi bắt đầu suy nghĩ kiếm cách học thêm tiếng Pháp, để mau hội nhập và đi kiếm việc làm.

Rồi một hôm đứng chờ xe buýt, thấy có một anh Việt Nam, tôi hỏi thăm anh về trường dạy tiếng Pháp, sau khi học xong ở COFI. Anh ấy bảo: "nếu em có đem theo bằng tương đương với Tú Tài II qua đây, hãy trở về trường COFI, nhờ văn phòng ở đó dịch sang tiếng Pháp, rồi lên nộp ở đại học Laval". Nghe vậy tôi mừng quá và không lâu sau đó, tôi làm theo tất cả những gì anh ấy hướng dẫn.

5.

Một ngày kia, tình cờ ngồi gần một cô gái người bản xứ trên xe buýt, cô ta bắt chuyện, tên Solange, người dễ thương, hỏi han tôi đủ chuyện và không ngờ tôi và Solange xuống chung tại một trạm xe buýt. Solange chần chừ không đi ngay, nhìn và hỏi tôi có muốn đi làm không, tôi bảo muốn lắm. Thế là, cô ta dẫn tôi vào một nhà thờ, nơi cô ấy làm việc. Công việc của cô ta là lau chùi, dọn dẹp nơi nhà xứ, cô giới thiệu tôi với Cha xứ và có nhã ý nhường cho tôi thay cô làm một ngày trong tuần. Cha xứ đồng ý và ngay ngày hôm đó, cô chỉ cho tôi những công việc phải làm. Trong mấy tuần đầu, Solange rất nhiệt tình hướng dẫn tôi làm quen với các công việc. Solange, một cô gái hiền hậu, dễ mến, lòng tràn đầy bác ái như một nữ tu.

Thấy tôi làm việc chăm chỉ, kỹ càng, luôn luôn làm hết việc, chứ không hết giờ. Một hôm Cha xứ hỏi tôi:

- Bình, savez-vous repasser les vêtements de cérémonie?

(Bình, con có biết ủi áo lễ không?)

- Oui, je sais

(Dạ, con biết).

Cha đem áo lễ đến cho tôi ủi, không ngờ tôi ủi đẹp quá, Cha liền kêu các Cha khác và bảo:

- Bình sait repasser les vêtements de cérémonie et les repasse très bien.

(Bình biết ủi áo lễ và ủi đẹp lắm)

Trong nhà xứ này có ba Cha, Cha Chánh xứ và hai Cha khác. Các Cha gặp tôi đều vui vẻ, tỏ ra hài lòng về các công việc tôi làm và rất quý mến tôi. Thế là từ đấy, có thêm công việc mới là ủi áo lễ cho các Cha. Sau thánh lễ Chúa Nhật, các Cha thường chào hỏi giáo dân, và luôn hỏi thăm có ai cần người giúp việc nhà, là Cha giới thiệu tôi cho họ.

Hình lưu niệm với gia đình anh Lâm Lộ Công ở Québec (2022)

6.

Được Cha xứ giới thiệu, tôi làm việc cho gia đình bà Denise Proulx, vợ của một ông Bác sĩ, hai ngày một tuần. Công việc của tôi: hút bụi và lau chùi bốn phòng ngủ, phòng khách, phòng ăn, nhà bếp và nhà vệ sinh. Khâu khó nhất là lau chùi, sắp xếp các đồ đạc trong phòng các con của bà, nhất là phòng của cô con gái. Là con nhà giàu, đi du lịch nhiều nơi, mỗi chỗ đều mua quà lưu niệm, cô con gái của bà ưa mua mấy vật kỷ niệm bé tí ti, nhiều vô số kể (từ thuở bé đến học đại học), trưng bày đầy trên mặt tủ trong phòng.

Lần đầu tiên quét dọn, hút bụi phòng con gái của bà Denise, thấy đồ đạc nhiều quá, tôi lấy một khay lớn, bỏ hết vô đó, lau sạch bụi mặt tủ, chùi từng món đồ rồi xếp lại. Ô la la! Thôi rồi, biết xếp như thế nào đây? Tôi bèn xếp theo thứ tự từ lớn đến nhỏ, trông thì đẹp mắt thật, nhưng trật lất vị trí của từng món. Tưởng đâu sẽ được khen, nào ngờ khi đi học về, vừa bước vô phòng, cô hét toáng lên, hỏi tại sao lại đổi vị trí tất cả đồ vật trong phòng cô ta. Tôi xin lỗi, hứa lần sau sẽ để ý hơn. Tôi khôn ra, xếp từng phần trên mặt bàn, lau chùi xong, tôi xếp lại như cũ.

Lúc đầu, bà Denise không mấy tin tưởng tôi sẽ chu toàn công việc bà ấy giao phó, bà hay thử tôi và để ý xem xét. Dần dà, được bà ta tin tưởng hơn qua cách làm việc.

Khi hút bụi nhà, dưới gầm giường của bà, tôi lượm được rất nhiều thứ, có hôm lượm được nhẫn, tiền bạc và rất nhiều đồ trang sức quí giá khác. Tôi dồn lại, để hết trên bàn cho bà.

Một hôm đang lau chùi phòng ăn, bà bảo tôi lau chùi một cái chảo điện, tôi rất thắc mắc, vì không hề thấy bà dùng, chỉ thấy để trưng bày thôi, sao bà bảo tôi lau chùi mãi. Tôi đem thắc mắc đó ra hỏi bà, bà bảo bà quý nó, vì đó là món quà sinh Nhật của con trai tặng cho bà. Tôi thầm nghĩ, chắc cái chảo này xào đồ ăn rất ngon đây. Từ đó, khi đi chợ, tôi thường để ý xem có nơi nào bày bán cái chảo điện ấy. Rốt cuộc, tôi cũng đã tìm thấy cái chảo đó, bày bán trên một cái kệ tại cửa hàng Canadien Tire với giá $36.00. Tôi đếm lại tiền trong túi, thấy còn đủ, bèn mua về xào thức ăn cho các em tôi. Dùng vài lần thấy rắc rối quá khi rửa, nên để đó, làm vật kỷ niệm và giữ mãi đến hôm nay.

Có một ngày bà Denise đang ở trong bếp, vừa sửa soạn bữa trưa cho gia đình, vừa xem ti vi, thấy có đoạn phim chiếu về chiến tranh Việt Nam, bà liền gọi tôi vô xem. Thấy cảnh người dân sống cơ cực, nhà cửa đổ nát, hoang tàn, người thì ngủ trên chiếc võng, hoặc trên những sạp bằng tre. Bà quay sang hỏi tôi:

- Au Vietnam, est ce que ta famille vit comme ça?

(Ở Việt Nam, gia đình em sống như vậy?)

Tôi trả lời:

- Non, madame. Ma famille vit en ville, a un lit, une armoire, une maison décente presque comme ici. Cette vidéo parle de la guerre dans un village du Vietnam, les bombes détruisent toute les maisons . Alors,les soldats et les gens doivent dormir dans les hamacs, ou les gens coupent du bamboo pour faire vivre temporairement de tels lits de champs, en attendant l'aide du gouvernement.

(Không, thưa bà. Gia đình tôi sống ở thành phố, có giường, có tủ, có nhà cửa đàng hoàng gần giống như bên đây. Còn đoạn phim này, chiếu lại cảnh của một làng quê ở Việt Nam, trong chiến tranh, bom đạn tàn phá hết nhà cửa. Do đó, những người lính và dân chúng, phải tạm thời ngủ trên những cái võng, hay trên giường dã chiến làm bằng tre, họ sống tạm như vậy, trong khi chờ đợi sự cứu giúp của chính phủ).

Bà nhìn tôi dò xét rồi hỏi:

- Au Việt Nam, est-ce que tu as fini le primaire?

(Ở Việt Nam, em đã học xong Tiểu Học chưa?)

Tôi trả lời:

- Oui, madame.

(Vâng thưa bà).

Tôi vẫn lặng lẽ, chu toàn công việc, càng ngày bà càng tỏ ra ưu ái với tôi hơn. Một hôm bà ấy lại hỏi:

- Bình, as-tu fini le secondaire trois?

(Bình, em đã học hết lớp 9 chưa?

Tôi vẫn trả lời:

- Oui, madame.

(Vâng, thưa bà).

Một tháng sau, tôi nhận được hồi báo của trường đại học Laval, họ cho biết tôi đã đậu cả năm cours toán và trường chấp nhận cho tôi vào học. Tôi đi ghi danh cho khoá mùa Thu, rồi tôi đem tất cả giấy tờ lên cho bà Denise xem, đồng thời xin bà kiếm người khác thế tôi trong mùa Thu tới. Trưa hôm đó, bà kêu tôi vô phòng ăn và giới thiệu với chồng bà:

- L'automne prochain, Binh va étudier à l'université Laval avec nos enfants.

(Mùa Thu tới, Bình sẽ đi học ở đại học Laval với các con của chúng mình).

Và vợ chồng bà mời tôi ăn cơm cùng gia đình họ, song tôi từ chối và vẫn ăn riêng như từ hồi nào tới giờ.

Nghe tôi xin nghỉ việc, bà Denise rất buồn, bà năn nỉ tôi tiếp tục làm việc cho bà, nhưng tôi không muốn vừa làm, vừa học, vì sợ chi phối việc học hành nên tôi giới thiệu vài người đến thử việc với bà, nhưng bà không chấp nhận ai cả. Sau này khi đi chợ gặp bà, bà thường ôm tôi hôn như người thân thiết.

Gặp lại cha Lâm tại Québec sau nhiều năm (2022)
(Từ trái sang: Tony ĐINH, Kim Đinh, Hoàng Mai Phạm, Phú Hoàng Phạm, linh mục Nguyễn Ngọc Lâm, Bình Phạm, Quý Đinh, Billson IV)

7.

Năm đầu tiên ở xứ người, mọi thứ đều bỡ ngỡ và lạ lẫm, nhưng nơi này, năm chị em tôi được cuốn trọn trong tình yêu thương của hội COVIPA, của các Cha, các Soeurs và của những người dân nơi đây, đặc biệt là vợ chồng anh Lâm Lộ Công, soeur Marie-Ange Godin, thầy Lâm, Cha André- Lamothe, Solange và anh Đáo, họ là những người đã trực tiếp giúp đỡ chúng tôi, khi chân ướt chân ráo đến thành phố Québec. Ơn nghĩa này, chúng tôi xin ghi tạc vào lòng, không bao giờ quên.

Québec đất lạnh tình nồng, câu nói này quả thật không sai.

(Montréal, 19-06-2024)

TUYẾT RƠI, KỶ NIỆM ĐẦU TIÊN NƠI XỨ NGƯỜI

Sau 7 tháng 23 ngày ở trại KAI TAK EAST HONGKONG, năm chị em tôi được Hội Covipa ở thành phố Québec bảo lãnh. Hội Covipa do một nhóm người Việt thành lập, trong tinh thần tương thân, tương ái, lá lành đùm lá rách.

Thành phố Québec, thuộc tỉnh bang Québec, Canada, nơi có 4 mùa rõ rệt, mùa đông 6 tháng lạnh, tuyết nhiều lắm, đâu đâu cũng thấy tuyết, nhưng ở đó, năm chị em chúng tôi được cuốn trọn trong tình yêu thương của hội Covipa và các Cha, các Soeurs cùng những người dân nơi đó. Đặc biệt là anh Lâm Lộ Công, Chị Alice, ông Denis Chapdelaine, thầy Lâm (bây giờ là cha Lâm), cha Lamothe và Soeur Marie-Ange Godin.

Tôi còn nhớ, ngày 25-02-1981, chúng tôi rời phi trường HongKong trên chuyến bay Cathay Pacific để đến Nhật, rồi từ Nhật bay đến Montréal , khi máy bay đáp xuống thành phố Montréal, nơi chuyển tiếp để về thành phố Québec, từ trên cao nhìn xuống, tôi lấy làm ngạc nhiên, không thấy cây xanh, mà thấy một màu trắng xoá, với cây khô trụi lá, cành trơ xương, đất trời phơ phất tuyết đang giăng. Chị em tôi mừng vui quá vì lần đầu trong đời thấy tuyết. Chúng tôi được đưa đến một trại lính, sau khi nhận phòng xong, mọi người lục tục đến phòng ăn. Trên đường đi, tuyết đang rơi nhẹ, đẹp làm sao, các em tôi há miệng hớp lấy hớp để, giống như cá trồi lên mặt nước, hớp lấy không khí trong lành, rồi nói giống như đá bào, ăn với chè đậu xanh đánh ở Việt Nam mình. Mặt em nào em nấy lộ hẳn cả niềm vui.

Mùa đông Québec, ôi đẹp quá!
(Người chụp: Bình Phạm)

Khi tuyết rơi nhẹ, nhìn thấy giống như tơ trời giăng khắp lối. Những bông tuyết óng ánh liệng qua liệng lại trông đẹp làm sao. Có những đêm, từ trường đại học Laval về nhà, với ánh đèn đường, từng sợi tuyết chảy dài vây quanh tôi, tôi thong dong, lang thang trong tuyết để được ngắm cảnh giăng tơ của đất trời. Những bông tuyết óng a, óng ánh đậu trên môi, mắt, áo quần, như đang tươi cười mừng đón, chào tôi trong cuộc sống mới. Lúc ấy, một cảm giác yên ả, tâm hồn bình yên, tôi mỉm cười với cuộc đời tự do tung tăng từ đó.

Tuyết rơi mỏng thì đẹp vô cùng, nhưng rơi nhiều, lại là nỗi lo cho những ai có xe phải ra mỗi sáng. Nào cào tuyết trên xe, ủi, xúc tuyết đến bở hơi tai, ai ai cũng phì phò thở ra khói.

Khi tuyết rơi dày, sẽ đọng lại trên các nhánh cây, trên dây điện, trên các cây thông, tạo nên quang cảnh vô cùng tuyệt đẹp như những bức tranh tĩnh vật, trông thật lãng mạn, như cảnh thần tiên. Nhưng khi rơi dày mà có gió lớn, đó chính là những cơn bão tuyết. Nhiệt độ xuống rất nhanh, trên các cành cây, dây điện, tuyết sẽ đóng thành băng, rất nặng và làm cây trốc gốc, gãy cành, gây ra nhiều thiệt hại như hư mái nhà, nếu cây ngã trúng, sẽ bị cúp điện vì dây điện bị đứt. Có những năm trường học phải đóng cửa, người người di tản vì không có điện trong nhiều ngày với nhiệt độ âm từ -20→-50 độ celcus.

Có những lần sau khi tuyết rơi, khí trời trở lạnh, xuống âm vài chục độ celcus, học sinh đi học, khổ vô cùng, đường trơn trượt, đợi xe buýt trong co ro với cái lạnh tê cóng chân tay. Chúng tôi đứa nào cũng nhảy, nhảy cò cò, nhảy cao, nhảy dài, để trấn áp cái lạnh buốt xương của đôi chân.

Có những hôm tuyết rơi nhiều mà nhão nhoẹt vì trộn lẫn quá nhiều hơi nước trong không khí, sau đó có chút mưa phùn, thêm vào đó ngày hôm sau, nhiệt độ xuống thấp, tuyết đóng thành băng trên khắp lối đi, cứ thế mọi người tha hồ mà trượt, tai nạn xảy ra rất nhiều, nhất là những người lớn tuổi, gãy tay, gãy chân là chuyện thường.

Mùa Giáng Sinh, không có tuyết rơi, buồn lắm. Có những năm đến lễ Noël mà chưa có bông tuyết nào, người già, người trẻ, con nít, ai nấy buồn xo.

Người già bản xứ, trong ký ức của họ, những đêm đông tuyết phủ ngập trời, nhà nhà, người người cùng nhau đi lễ nửa đêm trong tiếng chuông thánh thót, ai nấy lòng tưng bừng mở hội. Sau Thánh Lễ, cùng nhau, tay bắt mặt mừng chúc mừng Giáng Sinh cho nhau, rồi hối hả lội tuyết về nhà cho kịp ăn Réveillon với gia đình trong những câu chuyện rôm rả, không bao giờ dứt. Những kỷ niệm ấy, họ không thể nào lấp, xoá trong ký ức được.

Québec, đêm về tơ trời giăng lối
(Người chụp: Bình Phạm)

Người trẻ, tuyết không thể nào không có trong mùa đông nơi đây. Sau khi Thu tàn úa, Đông se sẽ, len lỏi tìm về, các cô, cậu bắt đầu sắm sửa những gì cần thiết cho mùa trượt băng. Nào giày Patin, sky de fonds, sky alpin, glissade…, và lòng lúc nào cũng nôn nao chờ những đợt tuyết dày đầu mùa. Con nít, chỉ chờ mong có tuyết để được lăn tròn trong đó, rồi cùng nhau trượt glissade, cùng nhau trượt patin trên sông đã đóng băng với ba mẹ, anh chị em, cùng nhau đắp những hình tượng như un bonhome de neige (người tuyết). Nơi đây, người tuyết trở thành biểu tượng cho mùa đông, mùa lễ hội Giáng Sinh cũng như sự hớn hở, vui vẻ của những đứa trẻ.

Ôi! Những môn thể thao mùa đông thì đa dạng và hấp dẫn vô cùng với mọi lứa tuổi.

Những người nhập cư, lớn tuổi, càng ở lâu, càng sợ cái lạnh mùa đông nơi xứ tuyết này. Riêng tôi, bây giờ cũng đà thấm lạnh với mùa đông ở Montréal, nhưng vẫn luôn cảm nhận, đẹp vô cùng khi tơ trời giăng lối. Tuyết rơi!

(Montréal, 25-02-2024)

Sau khi tuyết rơi, cảnh đẹp như tranh.
(Người chụp: Khải Minh)

Bình Phạm đùa vui với tuyết
(Người chụp: Khải Minh)

DẤU ẤN CUỘC ĐỜI TRONG NHỮNG NGÀY CUỐI NĂM

Hôm nay, thứ 2, 12-12-2022, một ngày thật đặc biệt với các số hai, ngày giỗ thứ 27 của Ba.

Nỗi nhớ khôn nguôi về Ba, về Nội, về con trai của mình đang ray rứt, thổn thức vào những ngày cuối năm như thế này. Nhớ và thương nhiều lắm Ba, Nội và con trai bé bỏng của mẹ ơi. Những cuộn phim ngắn, lần lượt đang quay chầm chậm trong ký ức với những dòng nước mắt tuôn rơi.

Niềm vui đoàn tụ thật ngắn ngủi, ba năm sau đó, Ba đã rời xa chúng con, không một ai bên cạnh. Nhận được phone từ chú Tâm, lòng con thật bàng hoàng quá đỗi.

Hai lần trước, lần nào cũng vậy, bệnh viện gọi cho con biết ngày mai sẽ chuyển Ba về Montréal, cả hai lần, Ba trở bệnh nặng vào sáng ngày hôm sau. Lần này, mới ngày hôm trước, bệnh viện gọi báo cho con, sẽ chuyển Ba về ở gần con, để con có thể vô ra chăm sóc cho Ba dễ dàng hơn. Vậy mà ngày hôm sau, Ba đã rời xa chúng con vĩnh viễn. Noël năm đó, gia đình mình buồn lắm, Ba có biết không? Đứa cháu ngoại thứ hai, Ba chưa thấy mặt nơi trần thế, cháu đã theo ông 24 ngày sau đó. Mất đứa con này, lòng con đau xót lắm, không thể nào diễn tả được bằng lời đâu Ba ạ. Buồn quá, con sinh bệnh và ở lại bệnh viện hơn một tháng, tất cả công việc đang làm đều phải buông bỏ hết.

Lòng con quặn đau trong nỗi mất hai người thân yêu chưa đầy một tháng. Bầu trời như đang sập xuống đè trên đầu con Ba ơi.

Hình ảnh Nội, Ba và con trai cứ vây quanh, ẩn hiện trước mắt con trong mấy ngày này, tâm trí con rối bời Ba ơi!

Xin vì lòng thương xót Chúa, cho hai linh hồn Gioan Baotixita được nghỉ ngơi ở chốn bình an. Amen!

(Montréal, 12-12-2022)

GIOAN BAOTIXITA PHẠM PHƯỚC
01-05-1930 12-12-1995
HƯỞNG THỌ 67 TUỔI

Ngày Ba mất

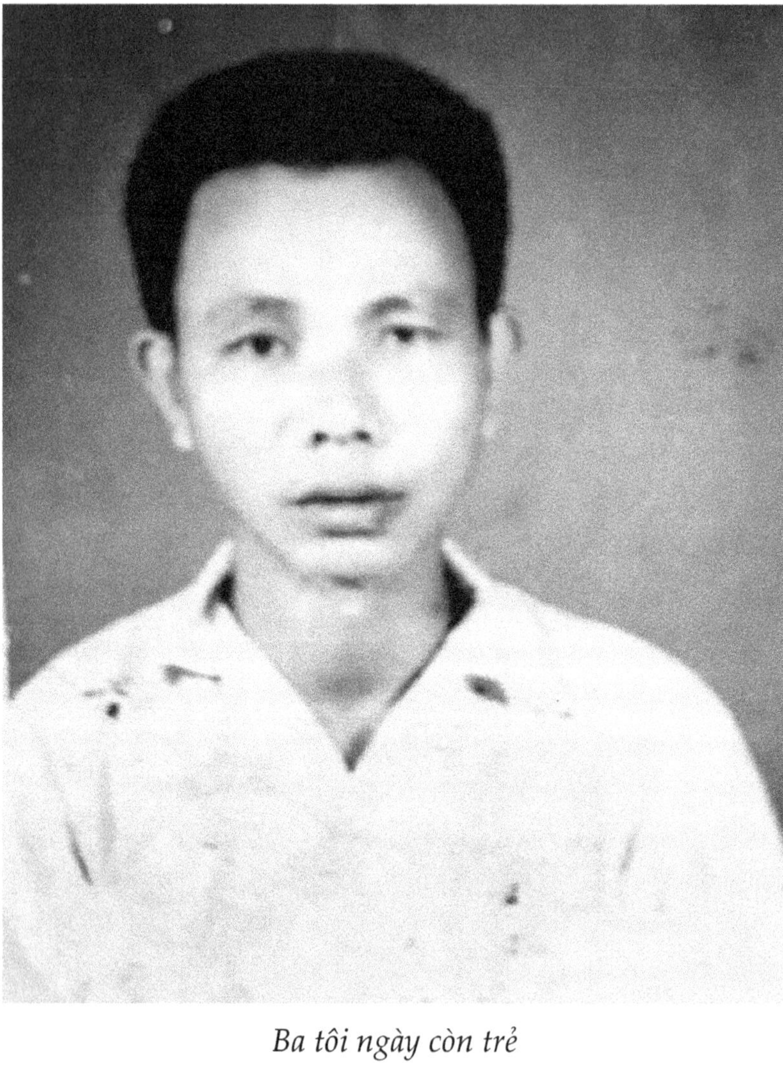

Ba tôi ngày còn trẻ

Ba và con trai (Phạm Hoàng Phương), Giáng sinh 1994
(Người chụp: Bình Phạm)

Ba-Mẹ và con trai út (Phạm Phú Quý)
(Hình chụp 1882)

KỶ NIỆM NÀO VỚI THẦY GIÁO CŨ

1.

Tôi rất may mắn gặp lại người Thầy dạy môn Toán năm xưa ở trường Trung Tiểu Học Sao Mai trong một dịp thật tình cờ, sau 31 năm dò la tin tức.

Thầy - Trò hội ngộ (1990)
(Người chụp: Cậu Đinh Còn)

Năm 1990, tôi về Sài Gòn, để bổ sung giấy tờ cho việc đoàn tụ gia đình. Một buổi sáng trời nắng đẹp, gia đình Cậu Mợ tôi, tổ chức đi chơi ở hồ Kỳ Hoà, hai Mợ cháu tôi đang dung dăng dung dẻ, nói cười rôm rả, bỗng nhiên Cậu tôi reo lên với giọng mừng vui:

- Ê, mi làm chi ở đây vậy Bích?".

Tò mò, quay lại nhìn thử Cậu đang nói chuyện với ai mà tỏ vẻ mừng vui thế. Ơ! Sao ai giống Thầy của mình quá, tôi liền chạy lại và reo lên:

- A! Đúng là Thầy Lâm Thành Bích. Em chào Thầy, Thầy còn nhớ em không?

Thầy Bích quay sang tôi, rồi hỏi Cậu tôi: "Bình là gì của mi vậy Còn?".

Cậu tôi trả lời:

- Cháu tau ở Canada mới về, bộ biết nhau sao?.

Thầy Bích cười cười, vẫn nụ cười hiền của ngày xưa, khi Thầy dạy Toán cho chúng tôi năm lớp 11A1, niên khoá 1973-1974, và trả lời:

- Học trò cũ của tau ở Sao Mai, thật không ngờ.

Tôi thì quá mừng vui, cứ ríu ra, ríu rít bên thầy và Cậu. Thầy cho biết, bây giờ Thầy đang chụp hình dạo ở đây. Thế là Thầy trổ nghề, đem tôi ra làm người mẫu. Ôi vui quá! Thầy chụp cho tôi rất nhiều hình.

Sau tháng 03-1975, bạn bè, thầy trò tứ tán, lần nầy gặp lại nhau, ai cũng bùi ngùi thăm hỏi những ngày qua, biết bao nhiêu là chuyện kể, nhất là Thầy và Cậu tôi.

Mấy ngày sau đó, Thầy đến nhà Cậu tôi với xấp hình trên tay. Ôi! Mừng vui biết bao.

2.

Tôi về lại Canada, lòng tràn đầy hân hoan, vui và hạnh phúc nhiều, vì về Việt Nam lần này, tôi lo xong giấy tờ đoàn tụ cho gia đình, gặp lại Ba Mẹ, các em tôi sau mười năm xa cách, được gặp lại gia đình Cậu Mợ tôi và nhất là gặp lại thầy Lâm Thành Bích, người Thầy dạy toán khả kính, đã chia sẻ với tôi khi phát bài thi Đệ Nhị Lục Cá Nguyệt ở Sao Mai năm nào. Những lời Thầy nói hôm ấy, Thầy đã ghi lại trong Thành Tích Biểu mà tôi không bao giờ quên và không bao giờ ngờ sẽ được gặp lại Thầy.

3.

Qua bao lần hội ngộ của trường Sao Mai, tôi luôn tìm kiếm các Thầy và bạn bè trong lớp, qua những tấm hình được post trên Facebook, nhưng không bao giờ nhìn thấy thầy Lâm Thành Bích cả.

Tôi luôn dò hỏi tin tức các Thầy giáo cũ của tôi trong đó có giáo sư Lâm Thành Bích. Cuối cùng, tôi đã liên lạc được với Thầy Bích, Thầy là người đầu tiên, kết nối được qua Zalo.

Thầy đã kể cho tôi nghe rất nhiều chuyện, những câu chuyện buồn, tréo ngoe trôi nổi theo vận nước. Tôi rất quí mến và ngưỡng mộ qua công việc Thầy làm.

Một điều tôi không bao giờ ngờ tới, Thầy vẫn còn giữ tấm hình mà hai Thầy Trò, đã chụp tại hồ Kỳ Hòa cách đây 33 năm. Một tấm hình màu khi xưa, giờ đã sẫm màu theo năm tháng với khí hậu nóng ẩm của VN.

Phần tôi, những tấm hình Thầy chụp cho, tôi vẫn cất kỹ và

luôn mang theo sau nhiều lần thay đổi chỗ ở, nhưng không may, đã bị mất hết trong một tai nạn tại nhà. Tôi cố công lục lọi, tìm kiếm lại và hên làm sao, một tấm ảnh màu còn sót lại đây. Hôm nay tôi xin post lên, với hy vọng, Thầy sẽ xem lại "tác phẩm" mà Thầy đã đạo diễn cho tôi 33 năm trước. Các anh, chị và bạn bè không nhận ra Thầy, một phần hình bị mờ mờ, ảo ảo theo thời gian, phần "ông nớ" lúc đó còn trẻ quá, nên chi nhìn chẳng ra là vậy.

Thầy Lâm Thành Bích trước tháng 04-1975, là Giám Học của trường Phan Châu Trinh, Thầy dạy môn Toán ở trường Sao Mai của chúng tôi.

Tôi thật may mắn đã gặp và nối kết được với 6 Thầy giáo cũ, từ khi trường Sao Mai vỡ tổ.

Thật mừng vui khi gặp lại thầy Đoàn Đức Triệu (dạy Triết lớp 12a1, niên khóa 1974-1975) sau các Thánh lễ tại trại tị nạn Hong Kong năm 1980.

Qua các nhóm của trường Sao Mai trên Facebook, tôi nối kết được với năm thầy:

+ Thầy Trần Công Ngạn (Giám Học, dạy Công Dân Giáo Dục lớp 12A1, niên khóa 1974-1975) ở Úc.

+ Thầy Đặng Phúc Nguyên (phụ trách hướng dẫn học tập lớp 10B7), dạy Pháp Văn lớp 10b7, niên khóa 1972-1973, ở Minnesota.

+ Thầy Hồ Sĩ Hùng (Hiệu Trưởng trường Kỷ Thuật, dạy Vật Lý lớp 12a1, niên khóa 1974-1975), ở San Jose.

+ Thầy Phạm Xuân Hương (phụ trách hướng dẫn học tập lớp 12A1), Thầy dạy Vạn Vật lớp 12A1, niên khoá 1974-1975), ở Sacramento.

+ Thầy Lâm Thành Bích (dạy Toán lớp 11A1, niên khóa 1973-1974), hiện ở Đà-Nẵng.

Tôi chân thành biết ơn anh Lê Văn Thà và chị Lệ Hường cùng anh Huỳnh Tiễn là cầu nối cho tôi gặp lại các Thầy. Tôi luôn mong ước một ngày nào đó không xa, sẽ được đến tận nhà để viếng thăm các Thầy kính mến của tôi.

(Montréal, 28-05/2023)

Bình Phạm tại hồ Kỳ Hòa (1990)
(Người chụp: Thầy Lâm Thành Bích)

MÔN TOÁN, NHIỀU KỶ NIỆM TRONG TÔI

Trong quãng đời học sinh, có rất nhiều kỷ niệm nhớ mãi, không bao giờ quên. Có bạn vừa nhắc lại lớp 10B7, Sao Mai, niên khoá 1972-1973, làm tôi nhớ lại những kỷ niệm với thầy dạy toán Nguyễn Ngọc Thanh.

Tôi được các bạn bầu làm thư ký cho lớp 10B7, nên mỗi ngày, phải lên phòng Khánh Tiết để nhận sổ đầu bài từ chú Kính. Chú Kính vừa là tài xế của Cha Hiệu Trưởng, vừa làm việc ở phòng Khánh Tiết, phân phát sổ đầu bài cho các thư ký lớp mỗi sáng.

Tôi bị chú Kính la hoài, vì sổ Đầu Bài càng ngày, càng mỏng. Ắt hẳn các bạn cùng lớp 10B7 vẫn còn nhớ.

Thầy Thanh hay xé sổ Đầu Bài lót ngồi và lau bàn, mặc dầu tôi có lau sạch bao nhiêu, Thầy cũng nói, thư ký lớp chưa lau bàn ghế của Thầy.

Không phải vì tôi yếu môn toán mà vì quá sợ Thầy, nên sang lớp 11, tôi đành trốn Thầy, chuyển sang ban A, vì lớp 11B nào, cũng đều có Thầy Thanh dạy toán cả.

Nghĩ rằng lên lớp 12, có nhiều bạn từ các lớp 11B, chuyển sang 12A, tôi sẽ học chung với họ và tôi sợ không theo kịp các bạn ấy trong môn toán, nên tôi quyết tâm đi học hè. Nào ngờ gặp lại thầy Nguyễn Ngọc Thanh trong lớp toán này. Vừa thấy mặt tôi, Thầy tiến lại bàn và hỏi:

- Năm vừa rồi mi học ở đâu?

Tôi rụt rè trả lời:

- Dạ con vẫn học ở Sao Mai.

- Mi học Sao Mai, sao tau không thấy?

- Dạ, con sợ Thầy quá, con chuyển sang ban A, con học lớp 11A1.

Nghe vậy Thầy bảo:

- Mày ngu, cho mày chết, ráng mở hết tốc độ mà chạy theo nha con.

Nghe vậy tôi nhỏ nhẹ thưa:

- Dạ, con biết lỗi rồi Thầy, xin Thầy chạy chậm cho con theo với.

Thầy liền hỏi:

- Tại sao mi đổi sang ban A?

- Dạ, tại con quá sợ Thầy.

- Mi ngu thì ráng mà chạy theo cho kịp.

Thế là Thầy la cho một trận rồi quay lại hỏi tôi:

- Mi thấy tau ăn thịt đứa nào chưa?

Tôi trả lời "dạ chưa". Rồi Thầy hỏi tiếp:

- Vậy tại sao lại sợ?

- Tại Thầy dữ quá, nên con sợ.

Thầy cười cười, rồi nói:

- Được rồi, lúc đầu tau chạy chậm, nhưng sau đó mi phải tăng tốc độ nghe chưa!

- Dạ, con biết.

Lớp hè với Thầy không còn căng thẳng như xưa, thầy vui và cười nhiều hơn.

Đến ngày khai giảng, tôi được xếp vào 12A1(niên khoá 1974 - 1975). Giờ toán đầu tiên, lòng nôn nao muốn biết, Thầy nào sẽ là người dạy môn toán lớp mình năm nay, trong lòng phập phồng lo sợ gặp lại thầy Nguyễn Ngọc Thanh.

Đúng thật, sợ của nào, Trời trao của đó, lại gặp Thầy nữa rồi, nhưng lần này, bớt run hơn, thấy Thầy vui vẻ, kể những câu chuyện vui làm cười cả lớp, không còn gắt gỏng với học sinh như lớp 10B7 năm nào.

Năm cuối cùng với Thầy ở trường Sao Mai, Thầy vẫn luôn khuyến khích tôi lên bảng giải toán, có những lúc bí, giải không ra, Thầy hướng dẫn cho làm, không còn nghe chữ "ngu" nữa.

Rồi tháng ba loạn lạc, Thầy trò tứ tán. Sau hơn tháng rưỡi long đong, tôi từ Thủ Đức về Đà Nẵng và nhờ ơn Cha Đinh Mạnh Phú khuyến khích với câu nói "Còn nước còn tát", tôi đi học lại, thầy Nguyễn Ngọc Thanh đã di tản, không còn dạy chúng tôi nữa. Từ đó, tôi không còn biết tin tức gì của Thầy cho đến khi tôi được định cư ở Montréal, Canada, mở được account với Facebook, và từ khi gia nhập vào Facebook của Trường Trung Tiểu Học Sao Mai, mới biết được tin tức của Thầy.

Thầy Nguyễn Ngọc Thanh
(Hình trên Facebook của trường Trung Tiểu Học Sao Mai)

Giờ nghĩ lại thấy thương Thầy nhiều, miệng nói vậy chứ thương học trò lắm. Tôi cảm nhận được điều này trong lớp hè 1974. Cá tính của Thầy là vậy, hay xưng tau, mi với học trò, bẻ phấn chọi học sinh nào không tập trung trong giờ học, tôi chắc rằng bạn bè trong lớp, ai cũng nhớ Thầy với cá tính thật đặc biệt đó.

Hình lưu niệm lớp 11A1 (1973-1974)

Tôi luôn luôn dò hỏi, tìm kiếm tin tức của Cha Hiệu Trưởng, Cha Phú và các Thầy, Cô. Khi biết được Cha Hiệu Trưởng và thầy Nguyễn Ngọc Thanh đã qua đời. Buồn vô cùng!

Ngước mặt, thành tâm nguyện cầu cùng Chúa, xin cho cha Hiệu Trưởng trường Trung Tiểu Học Sao Mai - Linh Mục Vũ Như Huỳnh, cha Đinh Mạnh Phú, Thầy Nguyễn Ngọc Thanh và tất cả các Thầy, Cô đã rời xa cõi tạm này, được nghỉ ngơi ở chốn bình an.

Công ơn của các Cha, các Thầy, Cô đã dạy tôi nên người, tôi nguyện xin ghi nhớ suốt đời.

(Montréal, 10-12-2023)

KHÔNG NGÀI, CON NƯƠNG AI?

Tạ ơn Chúa của con
Đã âm thầm nhắc khéo
Đồng hành hướng dẫn con
không Ngài, con nương ai?

Không có Chúa chỉ sai
Sao con biết mưu toan
Dấu lén ở bên ngoài
Con quả người khờ khạo

Chuông trong hồn rộn rã
Thức tỉnh kéo con về
Nhờ tấm hình bè bạn
Sự thật mới lộ ra.

Lấy chồng, lấy vợ người
Thứ chín, điều cấm kỵ
Mười điều răn Chúa dạy
Có đạo phải tẩy chay.

Kẻ không biết huênh hoang
Ra điều ta hay lắm
Còn lại muốn công khai
Người học nhiều trơ mặt.

Dòng họ nào chấp nhận?
Con cháu xấu hổ che
Vậy còn dám ho he
Dầu tài giỏi đến đâu

Đạo Đức phải làm đầu
Gương soi cho con cháu
Làm gương mù, gương xấu
Mọi người sẽ lánh xa.

Lời hứa trên Cung Thánh
Giờ đây đã xóa tan
Chúa nào tha kẻ gian
Cha Mẹ nào chấp nhận?

Biết thân thì trốn kĩ
Để mai này xét xử
Chúa tha bỏ làm lành
Hãy mau tỏ lòng thành

Sớm sám hối ăn năn
Tránh con đường tội lỗi.

(Montréal, 21-12-2022)

Chúa luôn dắt dìu con
(Hình minh họa)

Chúa là ánh sáng đời con
(Hình minh họa)

BUỒN ƠI XIN ĐỪNG ĐẾN NỮA

Vừa mới chớm Thu
Khí trời se lạnh
Phố xá lá xanh
Nỗi buồn vây quanh.

Sợ quá hôm kia
Mẹ yếu, yếu dần
Mắt mở không ra
Cha đến xức dầu.

Lúc chiều tắt nắng
Tròn xoe đôi mắt
Mệt mỏi thất thần
Làm con sợ lắm.

Khoan đi Mẹ ơi
Con sẽ bơ vơ
Không người ủi an
Trên cõi đời này.

Biết làm sao đây?
Chấp tay nguyện cầu
Cầu xin, cầu xin
Mẹ hiền khỏe lại.

Lời nguyện bay cao
Chúa đã nhậm lời
Nụ cười Mẹ nở
Vui lắm Mẹ ơi!

Con cảm tạ Chúa!
Nâng đỡ, ủi an
Trong lúc gian nan
Muôn đời ghi nhớ.

(Montréal, 25-09-2023)

Ba Mẹ trong những ngày thương nhớ các con

Mẹ trên giường bệnh
(Hình minh họa)

LỜI TRI ÂN ĐẾN NHỮNG NGƯỜI TÔI THƯƠNG MẾN

Lời trân quý đặc biệt đến con trai, các em, Thầy, Cô, các anh chị, các bạn đã thương mến thúc đẩy tôi kể lại cuộc đời mình qua văn chương. Đây cũng là điều tôi ấp ủ từ lâu, vì một mai ai cũng phải qua đời, nhưng tôi không muốn những kỷ niệm đẹp, vui, buồn của tôi trôi vào quên lãng mà không ai hay biết.

Lòng bồi hồi xúc động, ứa nước mắt, cảm ơn tấm lòng của các anh, chị thấu hiểu tôi trong cơn hoạn nạn, vừa trải qua. Các anh chị là những người đã vực tôi dậy sau cơn đau thập tử nhất sinh. Ơn này tôi luôn ghi khắc trong tâm.

Tôi cầu chúc cho các anh chị có cuộc sống thật vui, thật hạnh phúc bên gia đình và bạn bè trong những ngày còn ở trên cõi tạm này. Và cũng mong các anh, chị sớm hoàn thành tâm nguyện như lòng mình mong ước.

Tôi rất hạnh phúc với những gì tôi có hiện nay. Tạ ơn Chúa đã gìn giữ và ban cho tôi có được như ngày hôm nay. Mơ ước của tôi, tôi sẽ cố nắm bắt và thực hiện trong tương lai. Đường tôi đi, rộng thênh thang trước mặt các anh chị ạ.

Từ ngày khôn lớn, rời tổ ấm của Ba Mẹ, tôi đã bước vào đời với những ngày sống tập thể tại trường Sư Phạm. Có rất nhiều đêm, tôi khóc thầm sau những ngày sinh hoạt với trường lớp. Ban ngày tôi vui lắm, học hành, múa hát, lúc nào cũng có nụ cười tươi trên môi, đó là điều mà bạn bè của tôi nhớ và nhận ra tôi sau nhiều năm xa cách. Một con Bình ngây ngô, luôn rộn ràng với mọi người, bất cứ ai, tôi cũng có thể gần gũi với họ một cách dễ dàng. Hai tháng đầu thật là khó khăn đối với tôi, tôi duy linh, họ duy vật, cuối tuần về nhà xin Ba cho nghỉ học, Ba khuyên, cố gắng chịu đựng một thời gian ngắn nữa. Sau đó, không còn ai có thể kiểm soát tinh thần của tôi (vậy mà bây giờ có kẻ muốn kiểm soát tôi còn hơn CS nữa). Và rồi, tôi đã vâng lời Ba. Trường Sư Phạm, nơi có nhiều kỷ niệm, muôn đời không thể nào quên. Cũng từ nơi này, tôi thấy rõ được bộ mặt dối trá của những người, đúng ra tôi phải luôn kính trọng, như tôi được học trong học đường trước kia. Tôi là nhân chứng trong một năm ở nơi này.

Ra trường đi dạy nơi vùng cao, cực khổ nếm đủ mùi, nơi đây tôi cũng nhận được nhiều sự thương mến của các Thầy, Cô và các em học trò nhỏ. Luôn ưa thích múa hát với các em, nên các Thầy Cô dễ nhận ra tôi khi thấy tôi trên Facebook. Khổ cực sinh ra bệnh tật, được về nhà chữa bệnh mà không có phép của phòng giáo dục (nhà trường ưu ái cho tôi).

Về nhà lại được bạn bè thương mến, sợ tôi chết nên lo cho tôi ra đi. Tôi ra đi dẫn 4 đứa em, một ông chú, một người cậu, mà không phải trả một đồng nào. Chuyến đi thật là hy hữu. Giáo xứ tôi ngày xưa, từ các Cha đến các Soeurs ai cũng thương quý tôi. Đến bây giờ, các em nhỏ trong ca đoàn, gặp lại, nhìn thấy mặt tôi là khóc, làm tôi thật ngỡ ngàng. Hỏi ra, các em cho biết: "lúc nào cũng nhớ đến chị, mong gặp lại chị, vì chị đã dạy cho các em quá nhiều thứ". Còn tôi, chẳng nhớ đã dạy những gì cho các em cả. Đến Canada cũng vậy, tôi thọ ơn rất nhiều người bên đây. Các Soeurs đã trả tiền vé máy bay cho 5 chị em từ HongKong qua Canada, cho áo quần đẹp, ăn uống cuối tuần với các Soeurs trong nhà dòng, trả tiền ăn ở cho em trai nhỏ nội trú trong vòng 4 năm. Chưa từng có ai được làm lễ hỏi trong nhà thờ như tôi cả, mà còn chọn cho ngày lễ trọng, đêm 24, Noël nữa.

Năm tôi 30 tuổi, có rất nhiều người thương và muốn cưới tôi, bác sĩ, kỹ sư , giáo sư ở đại học, ôi nhiều lắm. Có người nhờ Khải Minh giới thiệu tôi cho họ nữa. Theo lời khuyên của các anh chị đi du học Columbus bên này, "Em út rồi đến lúc nó chắp cánh bay xa, về già lại lủi thủi một mình…" Cuối cùng trong những người đó, tôi chọn Khải Minh, vì nghĩ đến Đạo & Đức, người đã có một thời tu hành. Y như trong bến xe buýt, có rất nhiều xe, đã lỡ mua lầm vé, chân đã bước lên chuyến xe không phải của mình muốn đi, đi một đoạn đường dài, mới nhận thấy mình lầm đường, liền bước xuống xe, mua lại vé khác. Không tiếc tiền vé, chả tiếc thời gian hoài phí, quyết đi lại từ đầu. Đến bây giờ, tôi vẫn luôn cảm tạ Chúa mỗi ngày, vì Chúa và Đức Mẹ đã dìu dắt, hướng dẫn, gởi các anh, các chị đến an ủi tôi. Không phải ngẫu nhiên mà có đâu anh chị ạ.

Tôi rất trân trọng và ngưỡng mộ các anh chị qua cách sống. Luôn yêu thương Cha Mẹ, các đấng sinh thành, người phối ngẫu và các con, nhất là, các anh chị là người hiền từ, đôn hậu.

Một lần nữa, tôi chân thành biết ơn các anh, các chị đã cứu giúp tôi vượt qua được đoạn đường dài đầy khó khăn.

(Montréal, 15-02-2024)

KHÓC BẠN

Lệ Thu ơi, mắt mình nhoè đi, những giọt lệ nóng hổi đang lăn tròn trên má.

Lỡ hẹn rồi Thu ơi, không còn dịp để hai đứa mình về Đại Lộc thăm Kim Anh, để được ăn những trái sim, những trái bòn bon như lòng mong ước. Bạn đã bỏ mình ra đi thật rồi, buồn và buồn lắm Lệ Thu ơi!

Kỷ niệm nào vẫn còn trong ký ức, Trà Kiệu, Hội An đã ghi dấu chúng mình. Bạn bệnh nặng, sao lại dấu kín với bạn bè? Định bụng sẽ dành cho bạn rất nhiều bất ngờ trong những ngày tới, giờ không kịp nữa rồi bạn thương yêu của tôi.

Từ khi gặp lại trên Facebook, bạn là người cho mình niềm tin yêu nhiều nhất, lúc nào cũng vui tươi, vồn vã với mọi người.

Bạn là người nhiệt tình, lạc quan dù trong bất cứ hoàn cảnh nào, luôn năng nổ giúp mình khi đi tìm bạn cũ. Những Nick: "Thu Đen", "Phít Thu Đen", không bạn nào mà không nhớ.

Niềm vui gặp lại chưa trọn, sao bạn lại bỏ cuộc chơi? Mai mốt mình về, sẽ hụt hẫng lắm Thu có biết?

Mới mấy ngày trước, hai đứa mình vẫn còn nói chuyện với nhau mà, quá bàng hoàng, khi nghe các bạn báo hung tin, mới hôm qua còn nghe Diệu Quê hẹn, sau khi qua Mỹ về, sẽ ghé thăm Lệ Thu, mà sao không chờ Diệu Quê về, sao không chờ mình về, để được nắm tay nhau, với cái siết tay thắm thiết, vui mừng trong ngày gặp lại, tại sao vậy Thu?

Bạn tôi, Trần Thị Lệ Thu (1972)

Càng nghĩ về bạn, nét mặt của Thu lại hiển hiện trở về, nụ cười ấy, sự hồn nhiên, nhí nhảnh, liếng thoắng ngày nào, sự ghép đôi trong lớp 10B7 của bạn, sự lầm tưởng của bạn ở giáo xứ, bạn còn nhớ và đã nhắc lại mình lúc hai đứa thấy lại nhau trên messenger lần đầu, và chúng mình đã cười ra nước mắt.

Hội An dấu nhớ một thời

Lệ Thu ơi, mình nhớ bạn lắm, vẫn luôn mong mỏi ngày hội ngộ của hai đứa. Nay, ngày ấy đã không còn, lòng nhói đau, thổn thức, lệ chảy dài.

Vô cùng thương tiếc người bạn thân thương, đã cùng nhau ngày hai buổi đến trường , cùng lớp, cùng trường trong suốt tám năm, cùng nhau chia sẻ buồn vui trong những ngày gặp lại sau bốn mươi năm. Trong chín năm qua Facebook, hai đứa mình đã thấy nhau hằng tuần, hằng tháng, để rồi im lặng chờ đợi ngày tay bắt mặt mừng, nhưng đau đớn thay, ngày ấy sẽ không bao giờ đến nữa, bạn tôi ơi! Nước mắt mình lại chảy dài rồi…

Vĩnh biệt bạn, Lệ Thu nhé!

Nguyện xin Chúa nhân từ đón nhận linh hồn của Trần Thị Lệ Thu, người bạn thân yêu của chúng con vào nhà Chúa, nơi không còn đau khổ và buồn lo.

(Montréal, 09-05-2024)

Cổ Viện Chàm những ngày cuối cùng còn bên nhau (tháng 6-1975)

Lệ Thu, người bạn thân yêu trong lòng tôi

NGƯỜI THẦY KÍNH YÊU GẶP LẠI SAU GẦN 50 NĂM

Sau gần nửa thế kỷ, ngày 24-06-2024, tôi gặp lại người Thầy kính yêu của mình, thầy Hồ Sĩ Hùng, hiệu trưởng trường Kỹ Thuật, Thầy dạy Lý Hóa ở Sao Mai trong nhiều năm, người mà tôi vẫn luôn thầm nhắc và mặc xem là người Cha thứ hai của mình, qua cách dạy dỗ, nhắc nhở của Thầy đối với học sinh. Riêng tôi, một câu nói của Thầy đã nằm trong tâm khảm tôi, không thể nào quên được.

Hãy chuẩn bị thật tốt, thi đậu Tú Tài II, thưa với Ba Mẹ cho vô Sài Gòn, học Đại Học, cần giúp gì, nếu có thể được, thầy sẽ giúp cho. Hãy về thưa với Ba Mẹ như thế nhé.

Có lẽ thấy tôi chăm chỉ, siêng năng, môn Vật Lý của Thầy dạy, tôi học rất khá, vì sợ hoàn cảnh khó khăn trong chiến tranh, tôi không thể tiếp tục trên đường học vấn, do đó Thầy luôn nhắc nhở, khuyến khích tôi và chính nhờ vào những lời khuyến khích ấy, một điểm son trong nỗ lực, cố gắng không ngừng trên con đường học vấn tôi đã đi qua.

Một trong những kỷ niệm, hầu như học sinh nào của Thầy cũng đều nhớ, tên người con đầu lòng của Thầy: "Hồ Sĩ Vượt Tuyến" và những câu chuyện Thầy kể cho chúng ta nghe.

Thầy rất nhớ các học trò yêu quí của Thầy, Thầy nhớ nhiều lắm, Thầy nhắc lại buổi Tất Niên của lớp được tổ chức tại trường Kỹ Thuật, tấm hình lớp 12A1, niên khóa 1974-1975, nhờ Thầy mà chúng mình mới có tấm ảnh quí, còn giữ được hôm nay.

Hình quý lớp 12A1 (niên khóa 1974-1975)
có được là nhờ ơn thầy HỒ SĨ HÙNG

Tôi rất may mắn được nghe Thầy kể về cuộc đời của Thầy, nhiều điều tôi muốn kể cho các bạn nghe về người Thầy kính yêu này và tôi tin chắc rằng các bạn đồng môn Sao Mai sẽ có nhiều điều ngạc nhiên và càng ngưỡng mộ Thầy hơn nữa.

Vào năm 1953, thời kỳ đấu tố trong phong trào giảm tô, Bố của Thầy bị xử bắn, toàn thể gia sản bị tịch thu, gia đình Thầy bị đuổi ra ở một ngôi nhà nhỏ, được cấp một sào ruộng, một con bò và vài dụng cụ làm ruộng. Anh em nhà Thầy cày cấy đám ruộng, trồng lúa rồi trồng khoai. Con bò đẻ được con bê khỏe mạnh.

Hai năm sau, 1955 lại có cải cách ruộng đất, gia đình của Thầy bị đuổi ra một ngôi nhà rách nát nhất trong làng. Sào ruộng và mọi thứ đều bị tịch thu, cả khoai của gia đình nhà Thầy trồng trên sào ruộng cũng bị tịch thu. Mẹ của Thầy ra chợ tìm cách buôn bán để kiếm chút gạo nuôi con, nhưng họ rỉ tai nhau không mua.

Mẹ Thầy biết họ muốn giết gia đình mình, nên nhờ người mang đứa con út, khi đó mới hai tuổi, đi đến một địa phương xa, cho một gia đình hiếm con nuôi, còn những anh em khác thì ra chợ xin ăn cho khỏi đói. Thời gian này thầy Hùng đang ở Hà Nội.

Mẹ của Thầy nhịn đói lâu ngày nên bị phù thũng. Cuối cùng tuyệt vọng, Mẹ của Thầy nhảy xuống giếng trầm mình.

Lúc Mẹ Thầy mất, bà Nội của Thầy không có ai nuôi, nên chết đói, các em thầy ra chợ ăn xin và được các gia đình ở các làng xa đem về nuôi, nên sống sót.

Phần Thầy, để sống còn, năm 1958, Thầy phải vượt biên qua nước Lào bằng đường bộ, sau đó, vì có nhiều người Việt trốn sang Lào như Thầy, nên tòa đại sứ Miền Nam Việt Nam tại Lào, yêu cầu quân đội Việt Nam cho máy bay chở những người Việt tại Lào về Sài Gòn. Rồi từ Sài Gòn Thầy ra Huế.

Đến Huế, Thầy được học tại trường Đại Học Huế, bốn năm sau, năm 1962, Thầy tốt nghiệp cử nhân.

Năm 1962-1964 Thầy dạy ở Huế tại hai trường: Pillerin và Providence, thầy dạy môn Vật Lý và Toán.

Năm 1964, Thầy vào Đà Nẵng dạy tại trường Trung Tiểu Học Sao Mai, môn Vật Lý cho đến tháng 3 năm 1975. Trong khoảng thời gian này, Thầy dạy song song hai trường một lúc, Sao Mai và Kỹ Thuật, tại Kỹ Thuật Thầy dạy cả hai môn Vật Lý và Hoá Học.

Năm 1964, Thầy thành hôn với cô Mộng Hoàn và năm 1965, người con trai đầu ra đời, được đặt tên là Hồ Sĩ Vượt Tuyến. Với cái tên đặc biệt của người con trai đầu lòng, nói lên kỷ niệm cuộc vượt tuyến năm 1958, đầy gian nan, khốn khó của Thầy và cuộc hoạn nạn của gia đình Thầy đã trải qua, một kỷ niệm buồn đau, thống thiết, mà suốt cuộc đời của Thầy không thể nào quên được.

Hiệu trưởng trường Kỹ Thuật Đà Nẵng, giáo sư Hồ Sĩ Hùng

Năm 1965, Thầy làm Giám Học tại trường Kỹ Thuật, sau đó thầy làm Hiệu trưởng cho đến biến cố năm 1975. Thầy có vô quân trường mấy lần, sau đó thiếu Giáo Sư, Thầy lại về trường để tiếp tục giảng dạy. Thầy là giáo sư biệt phái, điều mà chúng ta ít người biết đến.

Gia đình Thầy có tất cả sáu người con, Ba trai và ba gái.

1. Hồ Sĩ Vượt Tuyến

2. Hồ Mộng Ngân Hà

3. Hồ Mộng Nhã Uyển

4. Hồ Sĩ Hồng Lĩnh

5. Hồ Sĩ Yên Thành

6. Hồ Mộng Phụng Hoàng

Hội ngộ lần đầu của Thầy-Trò sau gần 50 năm(24-06-2024)

Trong ngày ly loạn, cuối tháng 3-1975, gia đình Thầy chạy vô Sài Gòn, sau đó về Rạch Giá, thầy làm đủ các ngành nghề để cưu mang gia đình tám miệng ăn. Khi nhen nhúm ý tưởng vượt biên để thoát cảnh quẫn bách, tù tội, Thầy chuyển sang nghề đi biển, trước có thực phẩm nuôi cho gia đình, sau làm quen với đường đi, nước bước của biển cả, hầu chuẩn bị cho chuyến hải hành sau này như lòng Thầy mong ước.

Làm nghề đánh cá được ba năm, Thầy học đóng tàu và thuê người đóng một chiếc tàu nhỏ để vượt biển qua Thái Lan. Chuyến đi này có năm người tất cả. Thầy và người con đầu Hồ Sĩ Vượt Tuyến, một người em vợ và hai người con của người bạn, trạc tuổi con đầu của Thầy. Thầy tìm hiểu và biết được chuyến đi từ miền Tây qua Thái Lan rất nguy hiểm với Hải tặc, nên Thầy không mang Cô và các con nhỏ đi. Và thật đúng như vậy, chuyến đi của Thầy đã gặp hải tặc, nhưng không hề hấn gì vì trên tàu của Thầy toàn đàn ông và không có tiền bạc, của cải đáng giá. Chuyến đi này đúng hai ngày, thuyền đã đến Thái Lan, sau đó Thầy được đi định cư ở Mỹ.

Thầy của tôi sau gần 50 năm

Những ngày trên đất Mỹ, Thầy làm đủ việc để kiếm tiền nuôi sống cho hai Cha-Con, và giúp đỡ cho gia đình còn ở lại Việt Nam. Thầy vừa làm vừa đi học trở lại. Thầy đã tốt nghiệp cử nhân Toán và đang lấy master về Computor Science, thì gia đình đoàn tụ. Thầy dốc tâm cặm cụi làm hai Jobs để nuôi gia đình và đi học tiếp. Cuối cùng Thầy đã tốt nghiệp bằng Master, một gương sáng cho các con của Thầy sau này. Hồ Mộng Nhã Uyển, con gái của Thầy cũng vừa làm, vừa học, đã tốt nghiệp với bằng Master về Hội Hoạ vào lúc cô 55 tuổi, cùng tuổi với Thầy năm xưa. Sau mười một năm, gia đình mới được đoàn tụ, thời gian đó biết bao nhiêu buồn thương, mà người tỵ nạn nào cũng phải trải qua, nếu có cùng hoàn cảnh như Thầy.

Trong những ngày cô Mộng Hoàn đau ốm, Thầy hết lòng chăm sóc, an ủi, chăm lo cho Cô, nghe Thầy kể lại giai đoạn này, tôi vô cùng cảm phục, càng ngưỡng mộ và kính phục Thầy hơn về tấm lòng thương yêu hết mực đối với người vợ tào khang và đàn con dấu yêu. Qua hai năm cuối đời của Cô, Thầy là điểm tựa vững chắc cho Cô, nhưng sự gì đến đã phải đến, Cô đã rời Trần thế vào ngày 18-08-2020, đã để lại cho Thầy nỗi buồn sâu thẳm trong hồn.

Thầy là người có tấm lòng nhân ái, độ lượng đối với tha nhân, luôn rộng mở cho bất cứ ai cần đến sự giúp đỡ của Thầy. Đó là tấm gương sáng cho chúng ta noi theo.

Những người con yêu quý của Thầy đã thành danh nơi hải ngoại, đó là nguồn hạnh phúc lớn lao nhất đối với Thầy.

Hồ Mộng Nhã Uyển là người con gái thứ của Thầy, là một Hoạ Sĩ, là Cô giáo dạy về Hội họa ở LA được nhiều người biết đến. Tranh của cô từng đoạt nhiều giải và gần đây nhất là bức tranh trên bìa cuốn ký bút "TẤT CẢ CHỈ CÒN NỖI NHỚ", bức tranh này đã đoạt giải Festival des films vào tháng 11 năm 2024.

Xin chân thành cảm ơn Mina Ho Ferrante đã ưu ái cho phép chị dùng bức tranh tuyệt đẹp để làm bìa cho cuốn sách này.

Cầu xin cho Thầy và gia đình luôn bình an, khỏe mạnh, để Thầy được gặp lại nhiều học sinh cũ, đó là một trong những hạnh phúc của Thầy hôm nay.

(San Jose, 26-12-2024)

LỜI TRI ÂN TẬN ĐÁY TIM

Từ ngày 26 tháng 07 đến ngày 30 tháng 07 năm 2024, chuỗi ngày hạnh phúc, nhiều niềm vui và tràn đầy cảm xúc trong tôi.

Gặp lại cậu tôi sau 38 năm, ký ức quay về như cuộn phim chiếu chậm.

Tôi còn nhớ lần đầu tiên gặp lại cậu Sinh của tôi, là lúc khi có người đeo đuổi và muốn đến với tôi khi tôi còn là cô sinh viên đại học Laval, Québec.

Để khỏi chủ quan trong quyết định của mình, khi không có Ba, có Mẹ nơi đây, người đầu tiên tôi nghĩ đến là hai Cậu của tôi ở Minnesota, mà cậu Sinh là người tôi tin tưởng nhất, nên tôi đưa anh đến thăm Cậu, để Cậu cho lời khuyên trước khi tôi đi xa với mối quan hệ này.

Cậu tôi, lúc đó cũng vừa làm quen với Mợ. Cậu dẫn chúng tôi đến thăm gia đình của Mợ, gia đình Mợ rất đông anh em. Một bữa ăn được chuẩn bị thật chu đáo, Mợ là người con gái áp út trong gia đình, đầy đủ Công - Dung - Ngôn - Hạnh. Trong mắt tôi Mợ là người vẹn toàn mà nhiều người mơ ước.

Tôi về lại Canada, ký ức ghi lại những hình ảnh đẹp của chuyến đi Minnesota là Cậu, Mợ và gia đình Cậu Mợ Tư. Sau đó, tôi vùi đầu vào sách vở, thỉnh thoảng vẫn gọi thăm hỏi Cậu Mợ sau khi tôi nhận được xấp hình cưới của Cậu Mợ gởi qua. Rồi một hôm dọn nhà, tôi đánh mất cuốn sổ nhỏ ghi địa chỉ và số phone. Mất liên lạc với Cậu Mợ tôi từ đó.

Tham quan Trà Kiệu với thầy Đặng Phúc Nguyên (1972)

Sau bao năm thăng trầm trong cuộc sống, một ngày tôi nhận được cú phone của Nguyễn Quang, người bạn trong nhóm Thiện Chí của chúng tôi, rồi từ đó lần ra những người bạn cùng lớp, cùng nhóm qua những hình ảnh còn giữ được.

Từ khi có Facebook, tôi biết thêm nhiều tin tức của Thầy, Cô, bạn bè thân thiết cùng lớp, cùng trường của thời áo trắng. Vui và xúc động thật nhiều, nhất là được thấy lại những khuôn mặt thân thương của thời mới lớn.

Hội ngộ với Cậu-Mợ và Thầy-Cô trong ngày cưới của anh chị Trung Tín - Thiên Ly (28-07-2024)

Qua những hình ảnh của trường lớp trên Facebook, ký ức tôi lại quay về, sau nhiều năm tháng ngủ quên với cuộc đời nổi trôi, cơm áo gạo tiền. Tâm hồn như trẻ ra, được sống lại thời còn cắp sách đến trường.

Mừng vui, buồn thương, nước mắt chảy dài với các bạn đã tìm lại được, phần nhiều, các bạn còn nhớ đến tôi, con "Bình đen" ngây ngô, năng nổ, dễ gần gũi trong lớp của ngày xưa. Dần dà, cuộn phim cất dấu trong ký ức bấy lâu nay, được trình chiếu trở lại với lòng nhớ thương quay quắt các Thầy, Cô, mà tôi đã gần gũi một thời.

Rồi một hôm, tên thầy Đặng Phúc Nguyên được nhắc đến, qua những tấm hình chụp chung với Thầy ở Trà Kiệu của lớp 10B7 và tôi bắt đầu thăm dò tin tức của Thầy.

Không bao lâu sau đó, anh Huỳnh Tiễn, sư huynh đồng môn Sao Mai cho tôi số phone của cô Hạnh, vợ thầy Nguyên. Sau này được biết anh là cháu kêu thầy Nguyên bằng Cậu.

Đêm chia tay vui nhiều với gia đình Thầy-Cô và mợ Sinh

Tôi gọi cho cô Hạnh mà lòng nôn nao khó tả. Phone reng nhiều lần, mà không ai nhấc và tôi để lại tin nhắn trong đó.

Chờ đợi với hy vọng cô Hạnh hoặc thầy Nguyên phone lại. Hai ngày yên lặng trôi qua, tôi phone lại cho Cô Hạnh, lần nầy Cô Hạnh nhấc phone và trả lời.

Cô nói "Thầy Nguyên đang giận Cô vì làm mất tin nhắn của Bình". Được biết, khi điện thoại reng Cô đang giúp Thầy, nên không nhấc phone được, sau khi nghe tin nhắn của tôi, Cô đem cất điện thoại nơi khác, vì sợ cháu ngoại lấy phone nghịch, cô định bụng sẽ đưa cho Thầy nghe lại tin nhắn và Cô sẽ gọi lại. Nào ngờ cháu ngoại để ý chỗ Bà cất dấu, lẳng lặng lấy phone nghịch và vô tình bấm xóa hết tin nhắn trong điện thoại.

Được thưa chuyện cùng Thầy-Cô, lòng mừng vui quá. Thầy Nguyên là giáo sư hướng dẫn học tập của lớp chúng tôi, lớp 10B7, trường Trung Tiểu Học Sao Mai, niên khóa 1972-1973. Lúc đó, tôi làm thư ký lớp và ở trong ban cộng điểm, nên hay thưa chuyện thường xuyên với Thầy.

Trước khi cô Hạnh cúp phone, tôi nói vói theo, xin cô cho em biết tên thành phố mà Thầy-Cô đang ở. Cô trả lời, tôi thấy tên quen quá mới hỏi:

- Cô ở đó, có biết bà Thu bán tiệm vàng không?

Cô ngập ngừng chút và hỏi tôi:

- Bạn của Bình hở?

Tôi liền thưa với Cô:

- Dạ không, đó là Mợ của em.

Cô Hạnh hỏi tiếp:

- Chồng bà Thu tên gì và bà con với Bình ra sao?

- Chồng Mợ Thu tên Sinh, là cậu của em.

Cô Hạnh ơ lên mấy tiếng và nói với Thầy tôi:

- Anh Nguyên ơi. Bình là cháu của anh Sinh, chị Thu.

Cô lại nói tiếp:

- Thầy-Cô mới ăn cơm ở nhà anh chị Sinh, vừa về đến nhà đây nè. Hai gia đình sắp làm sui gia với nhau rồi Bình ơi.

Ôi, còn gì mừng vui hơn! Tôi được biết con gái của Thầy-Cô và con trai của Cậu-Mợ sẽ kết hôn trong những ngày sắp tới. Tôi lập tức đổi cách xưng hô ngay, vì bây giờ, tôi phải gọi con của Thầy-Cô bằng Chị. Tôi xưng con, không còn xưng em như trước nữa.

Tôi xin cô Hạnh số phone và liên lạc với Cậu-Mợ tôi liền.

Mừng vui trong ngày hội ngộ với cậu-mợ Sinh và cậu Sáu

Hôm nay đây, tôi thực sự mừng vui vì được thấy tận mắt những khuôn mặt thân yêu của Cậu-Mợ và Thầy-Cô, các anh chị của hai bên gia đình, đặc biệt, tôi không ngờ Cậu-Mợ Tư lại còn nhớ đứa cháu nhỏ năm nào được đến thăm nhà của Cậu-Mợ.

Trước lúc chia tay, thật cảm động với những cái ôm, cái siết tay thật chặt của mọi người thân yêu, nhất là cậu Sáu, em trai của Mợ Sinh, người lần đầu tiên tôi được gặp mặt.

Những nụ cười vui của Thầy-Cô, những tấm lòng thương yêu của mọi người dành cho tôi thắm thiết, chính đây là sức mạnh, làm hành trang cho tôi bước tiếp chặng đường sắp đến. Kỷ niệm này, tôi xin ghi nhớ mãi.

Chân thành cảm ơn tất cả bà con, anh, chị, em, bạn bè thân thương, đã giúp đỡ, cách này hoặc cách khác, tạo niềm tin yêu cho tôi trong cuộc đời nhiễu nhương này.

Tôi xin tri ân tất cả, từ tận đáy tim tôi./.

(Montréal, 02-08-2024)

SỰ TÌNH CỜ... ĐƯA ĐẾN BẤT NGỜ

1.

Thật tình cờ, tôi thấy có bài bình luận của giáo sư Nguyễn Đại Hoàng (trên Facebook Dung Hoang) về người con Đà Nẵng, hai chữ Đà Nẵng thôi thúc sự tò mò trong tôi và tôi vô đọc thử, thấy anh Phương Tấn tài giỏi quá, sao lâu nay, mình không biết!

Bài bình luận của giáo sư Nguyễn Đại Hoàng hay quá, gợi nhiều cảm xúc trong tôi, đây là lần đầu tiên tôi đặt bút ghi cảm nhận của mình trên một bài văn. Thế rồi, thấy có ba người muốn kết bạn với tôi. Tôi vô cùng ngạc nhiên, vì thấy bạn Facebook của những người này, nhiều nhà văn tôi quen biết, một số nhà văn ở Montréal, nơi tôi đang sinh sống và rất nhiều các anh chị trong giáo xứ của tôi trước kia.Thấy thế, tôi yên tâm chấp nhận lời mời kết bạn.

Tìm hiểu qua những người bạn Facebook của nhà thơ Phương Tấn, ai nấy đều nói anh Phương Tấn là người rất tài giỏi, đã nổi tiếng từ năm 1961. Người rất hiền từ đôn hậu, văn võ song toàn, dễ gần, giỏi mà không kiêu. Tôi vô Facebook Phương Tấn xem hình ảnh và bắt đầu đọc thơ, văn của anh.

Gặp người đồng hương, tôi rất quý, gởi tin nhắn qua

messenger hỏi thăm anh về thời gian trước 1975, anh ở đâu trong thành phố Đà Nẵng. Ban đầu nhà thơ Phương Tấn trả lời, sau đó anh bảo với tôi: "Bình vô Facebook của Phương Tấn, đọc từ dưới lên hay từ trên xuống, là biết hết, em chẳng cần hỏi ai chi cho mệt". Thì ra tôi không để ý mấy lời của nhà thơ Phương Tấn đã viết trên Facebook, không nhận tin nhắn qua inbox và messenger. Đúng là tôi vô ý thật.

Càng đọc, tôi càng thấy thơ Phương Tấn quá hay, ý, tình sâu thẳm với Lý tưởng, Hoài bão, tình yêu Tổ Quốc, tình nghĩa Đồng bào, đầy ắp trong tâm hồn anh. Bài nào tôi đọc, cũng thấy gần gũi, dường như anh nói hộ tôi, do đó cảm xúc tôi dâng trào và gần như bài nào của anh, tôi đều ghi cảm nhận của tôi trong đó.

Nhà thơ, nhà văn, nhà báo Phương Tấn

2.

Có một bài làm tôi chú ý nhiều nhất và thật thích thú, đọc đi, đọc lại, xem hai cái tên mà nhà thơ Phương Tấn ghi lại kỷ niệm với nhà thơ Uyên Hà, và em học sinh Hồ Thị Ngọc Biển trong một lần đi cứu trợ đồng bào tỵ nạn chiến tranh ở Phước Tường. Hai gia đình này quen thân với gia đình tôi. Chị Biển là chị của Diệu An, đứa bạn thân học cùng trường, cùng lớp ở Khiết Tâm với tôi. Ly Lan, em gái chị Sáu (vợ của nhà thơ Uyên Hà), một người em thân thiết của tôi. Gia đình nhà thơ Uyên Hà trước 1975, ở cách nhà tôi hai căn, anh Uyên Hà đã ghé thăm gia đình tôi hai lần tại Montréal, lần đầu có chị Sáu.

Thật là mừng vui, càng đọc nhiều bài viết của nhà thơ Phương Tấn và các bài bình luận của các nhà thơ, nhà văn khác về thơ văn anh, tôi thấy có rất nhiều Văn Nghệ Sĩ đã từng ghé thăm nhà chúng tôi. Nói Nôm na là quen xúm chùm.

3.

Rồi một hôm, nhà thơ Phương Tấn phỏng vấn tôi, anh hỏi tôi đủ điều, học hành nơi đâu, làm việc thiện nguyện nơi nào, sinh hoạt với những ai… Ngay ngày hôm đó, tôi có đọc một bài thơ "YÊU MẸ, CHỈ YÊU MẸ THÔI" của nhà thơ Phương Tấn trên tạp chí Văn Học Nghệ Thuật Ngôn Ngữ ở Hải ngoại, số tháng 3-2023, lòng tràn đầy cảm xúc, vội cầm bút viết cảm nhận của mình, ý tưởng tuôn tràn trên giấy. Lúc đầu, bài viết dài 10 trang, tôi không thể đăng lên trên Facebook của anh Phương Tấn vì dài quá, tôi rút lần xuống còn sáu trang vẫn không đăng được, tôi đành phải gởi qua bên messenger cho anh đọc.

Thật ngạc nhiên, sáng sớm ngày hôm sau, nhà thơ Phương

Tấn đăng bài của tôi viết, kèm theo bài giới thiệu của anh về tôi với các bạn bè trên Facebook.

Còn gì vui hơn khi gặp lại người đã sáng lập phong trào Anh em NGƯỜI TRẺ VIỆT NAM - Phụng sự Văn hóa và Xã hội vang lừng ở Việt Nam trên 50 năm trước, và nhất là một trong những nhà Văn, nhà Thơ đã viết nhiều truyện cho lứa tuổi Ô Mai của chúng tôi trước 1975, như Tuổi Hoa (Xanh, Đỏ, Tím), Thằng Bờm, Tuổi Ngọc... những bán nguyệt san, nguyệt san này một thời tôi mê say, đặt mua hàng tháng.

Thầy Nguyễn Văn Ngọc (nhà thơ Nguyễn Đông Giang)

4.

Qua nhiều bài cảm nhận của tôi trong các bài Thơ, Văn của nhà thơ Phương Tấn trên trang Facebook của anh, có một hôm tôi nhận được một tin nhắn của anh "Bình, em có năng khiếu bẩm sinh về Văn cũng như Thơ, ơn trên đã cho em, em không dùng, em sẽ mang tội với Cha Mẹ và Ơn Trên". Tôi lại giật mình về câu nói này vì thầy dạy văn năm lớp Tám và lớp Chín cũng nói những câu tương tự như thế, thầy Nguyễn Văn Ngọc, bút Hiệu Đông Giang, bạn thân với nhà thơ Luân Hoán. Tôi biết được điều này cũng trong một dịp tình cờ và tôi có hỏi thăm về Thầy của tôi, anh Luân Hoán nói sẽ kiếm lại số phone của Thầy Ngọc cho tôi, tôi chưa có số phone của Thầy, thì được tin Thầy mất tại San Jose. Tôi vẫn còn nhớ ngày Thầy và chú Nguyễn Đức Bạn (bạn Ba tôi) bị bắt đưa đi trên chiếc xe của bộ đội chạy lên cầu Trình Minh Thế, lúc đó tôi vừa đến chân cầu, ngước nhìn thấy Thầy đang nhìn xuống, tôi chỉ biết cúi đầu chào Thầy với đôi mắt nhoè đi vì nước mắt. Cảnh đó, tôi không bao giờ quên. Tưởng đâu có ngày sẽ gặp lại người Thầy quý mến, không ngờ Thầy ra đi sớm quá. Một nỗi buồn lớn trong tôi.

5.

Từ lâu , tôi cũng có ý định viết lại những bài bút ký và tâm bút kể lại cuộc sống của tôi, mục đích để cho các em, con, cháu biết về cuộc đời của chị, của mẹ, của bà trong thời gian nhiễu nhương, loạn lạc mà cả gia đình tôi đã trải qua và nhất là cô bạn thân Trần Hữu Thị Kim Cương, người luôn giục tôi viết lại những gì tôi đã chứng kiến trong thời gian qua để cho bạn bè biết với.

Gặp lại anh Phương Tấn, tôi xem đây là một sự trùng hợp ngẫu nhiên, dường như ơn trên sắp đặt, để đưa đến một sự bất ngờ: được viết những gì ao ước bấy lâu nay./.

PHƯƠNG TẤN, NGƯỜI ANH KÍNH MẾN

Đọc mấy dòng anh gửi, lòng em thật xúc động, ứa nước mắt anh ạ. Cảm ơn tấm lòng của anh đã thấu hiểu em trong cơn hoạn nạn, em vừa trải qua. Anh Phương Tấn là một trong những người đã vực em dậy sau một cơn đau thập tử nhất sinh. Ơn này, em sẽ không bao giờ quên.

Mấy ngày nay em cứ thắc mắc, và tự hỏi có chuyện gì mà anh Phương Tấn đau đầu mà lại liên quan đến mình? Thì ra chuyện này. Vui đi anh, chẳng có gì mà anh đau đầu cả. Đó là chuyện nhỏ, chuyện bề ngoài, chuyện để ngoài da. Quên đi nha anh, để khỏi nhức đầu. Em hiểu và hiểu nhiều hơn anh nghĩ nữa đó. Em muốn anh Phương Tấn sống thật vui, thật hạnh phúc bên gia đình và bạn bè trong những ngày còn ở trên cõi tạm này. Và em cũng mong anh sớm hoàn thành tâm nguyện như lòng anh mong ước.

Phần em, em rất hạnh phúc với những gì em có hiện nay. Tạ ơn Chúa đã gìn giữ và ban cho em có được như ngày hôm nay. Mơ ước của em, em sẽ cố nắm bắt và thực hiện trong tương lai. Đường em đi, rộng thênh thang trước mặt anh ạ.

Em rất trân trọng và ngưỡng mộ anh qua tài năng, nhân cách và lý tưởng của anh. Luôn yêu thương Mẹ, vợ và các con. Luôn hiền từ, đôn hậu. Luôn sống hết mình cho quê hương và lớp người cùng khổ.

Một lần nữa, em chân thành biết ơn anh trai Phương Tấn.

Em gái của anh,

(Montréal, 24-08-2024)

Hội ngộ với anh Lê Đình Ba (nhà thơ Uyên Hà)
tại Montréal (2019)

CON TRAI NHỎ CỦA TÔI

Ba tôi mất ngày 12-12-1995, sau khi sang Canada đoàn tụ với các con được ba năm, lúc đó Ba Mẹ tôi đang sống với em trai tại thành phố Québec.

Lo đám tang Ba tôi xong, thấy Mẹ ủ rũ, quá đỗi buồn đau, tôi và con trai lớn (Khôi, con trai đầu lúc đó mới hơn hai tuổi), ở lại Québec để an ủi Mẹ tôi trong thời gian tang chế của gia đình.

Noël năm đó, không khí gia đình thật buồn bã, hơn hai tuần gần gũi với Mẹ ở Québec rồi cũng qua nhanh, tôi có hẹn với bác sĩ sản khoa vào ngày 28-12-1995, vì đã hai tháng, tôi chưa được gặp lại bác sĩ và cũng chính ngày hôm đó, tôi quyết định đem Mẹ về sống với gia đình tôi tại Montréal.

Từ Québec, tôi đi thẳng đến văn phòng bác sĩ sản khoa, thấy văn phòng bác sĩ đóng cửa với tin nhắn: "Bác sĩ không làm việc hôm nay, vì có ca sinh ở bệnh viện", tôi đành phải về nhà. Đến nhà tôi gọi phone cho thư ký của bác sĩ để lấy hẹn cho ngày mai. Chị Minh bảo tôi ngày mai sẽ đông người lắm, ai đến trước, sẽ được gặp bác sĩ trước, không cần lấy hẹn hôm nay.

Sáng hôm sau, tôi đến clinique lúc 8 giờ, mãi đến 5 giờ mà

tôi vẫn chưa được gặp bác sĩ.

Đúng 5:30 chiều mới đến phiên tôi được gặp bác sĩ. Bà nói tôi bị viêm đường tiểu và cho toa về mua thuốc trụ sinh, uống liền trong đêm. Tôi có hỏi vị bác sĩ này rằng tôi đang thai nghén sao cho tôi uống trụ sinh? Bà ta trả lời: "Thuốc này người mang thai uống không sao cả". Tôi yên tâm đi mua về uống (10 giờ tối ngày 28-12-1995).

Sáng ngày 29-12-1995, ra mấy giọt máu, sợ quá, tôi gọi cho bác sĩ, bà bảo không sao cả, đó là do viêm đường tiểu mà ra. Qua ngày hôm sau (30-12-1995), trở lại bình thường, nhưng đến tối, tôi bắt đầu đau bụng rêm rêm, cứ 5 phút lên cơn đau một lần.

Hôm sau nữa (31-12-1995), cứ đúng vào chiều tối, tôi lại đau bụng, mỗi ngày một mạnh hơn, tôi lại gọi cho bác sĩ, bà vẫn cứ bảo không có gì đâu, lại còn nói: "Bây giờ là cuối năm, bác sĩ trực rất ít, đến bệnh viện phải chờ đợi lâu, hơn nữa ngoài đường tuyết đang rơi nhiều, chẳng có gì em phải lo, em yên tâm đi".

Tôi thật dại dột nghe theo lời bà ấy, vả lại mấy ngày cuối năm này, chồng tôi, Khải Minh không có ở nhà, anh đến nhà anh Đoàn Minh Hoá, phụ anh làm tờ báo "Đi Tới", chiều tối mới về nhà.

Đến chiều ngày 01-01-1996, tôi bắt đầu đau lưng và chuyển bụng thật sự, cơn đau nổi lên từng năm phút một, cơn đau dữ dội, mỗi lần đau, tôi phải cắn hai hàm răng, nước mắt chảy dài và ôm chiếc ghế cho qua cơn đau.

Tôi gọi cho văn phòng bác sĩ nhiều lần, người trực phone của tổng đài trả lời: "Vẫn chưa tìm ra bà Bác sĩ", tôi liền nói:

"Cô làm ơn kiếm bác sĩ gấp dùm tôi, tôi sắp sinh tại nhà, nếu tôi chết, cô cũng lãnh một phần trách nhiệm trong đó". Nghe như thế, cô ấy hoảng và tiếp tục gọi tìm bác sĩ cho tôi. Trong lúc chờ đợi nói chuyện với bác sĩ, tôi gọi Khải Minh về chở tôi vào bệnh viện. Gần ba mươi phút sau, bác sĩ gọi lại, tôi nói liền với bà ấy: "Bác sĩ à, nếu bây giờ chị bảo tôi ở nhà, tôi sẽ không nghe chị nữa đâu, vì tôi sắp sinh rồi". Nghe thế bà mới nói: "Vậy, em lên bệnh viện đi". Tôi cúp máy, vừa lúc Khải Minh về tới, tôi cầm cái xách tay đựng giấy tờ, tính đứng dậy, ra chỗ đậu xe, nào ngờ cơn đau ập đến. Tôi treo vội cái xách lên thành ghế, và cắn răng ôm cái ghế chịu đựng cho qua cơn đau.

Khi cơn đau vừa dứt, vội vàng lên xe ngay, chạy một đoạn đường, sực nhớ là quên cái xách tay treo trên ghế, xin Khải Minh quay về lấy, vì không có giấy tờ, sẽ không nhập viện được.

Đến bệnh viện, cơn đau lại đến, tôi chỉ biết bấu vào tường đứng khóc, nước mắt tôi chảy đầm đìa trên hai má, có mấy người xúm lại, dìu tôi vô phòng, họ lấy máy đo, đo cơn đau của tôi lúc đó, rồi có một cô nói:

- C'est la vraie contraction!

(Đúng là một cơn chuyển bụng!) .

Cô Y Tá liền gọi cho bác sĩ Từ Mỹ Linh, bà ấy đã đến, khám xong bà bảo với tôi: "Cửa mình đã mở 2cm, phải chích thuốc ngưng giục ngay". Đến khoảng 3-4 giờ sáng, bác sĩ khám lại thấy mở đến 4cm, bà liền bảo: "Bây giờ phải chuyển gấp qua bệnh viện Général Juif, để phòng hờ cho ca sinh sớm, vì nơi đó đầy đủ phương tiện hơn". Tôi được xe Ambulance chở từ bệnh viện St. Mary sang bệnh viện Général Juif (ngày 02-01-1996).

Đến bệnh viện Général Juif, bác sĩ nơi này tiếp tục truyền nước biển và thuốc giảm giục, một ngày trôi qua êm thấm.

Khi chuyển qua bệnh viện Général Juif, có rất nhiều bác sĩ, những người làm việc xã hội đến trấn an tôi, nhất là các bác sĩ hộ sản, ai cũng sẵn sàng muốn trở thành bác sĩ của tôi, để sau này, nếu tôi gặp những ca sinh khó, thì họ sẽ giúp tận tình cho tôi. Có lẽ họ thấy tội nghiệp cho tôi trong trường hợp này, đúng ra không để xảy ra như thế, nếu gặp người bác sĩ tận tâm khác. Bác sĩ Linh không phải là bác sĩ sản khoa của tôi, nhưng vì mang thai lần hai, thai nhi hành tôi nhiều, tôi muốn đi bệnh viện kiểm tra gấp, nên mới gặp bà và phải chấp nhận bà là bác sĩ hộ sinh cho tôi. Âu cũng là số phận!

Bác sĩ nơi đây cho tôi biết: "Trong trường hợp của con tôi (23 tuần tuổi), tỷ lệ sống chỉ có 40%, còn chết là 60%, nếu con trai tôi qua khỏi một tuần, nó sẽ sống, một tuần đầu tiên này sẽ quyết định số phận của cháu".

Còn những người làm việc xã hội thì hỏi tôi: "Chẳng may, con bà mất, bà có buồn lắm không?" Tôi trả lời họ: "Làm sao không buồn được, nhưng tôi tin vào Chúa, vì tôi là người Công giáo, nếu Chúa cất cháu đi, tôi sẵn sàng vâng theo thánh ý của Ngài".

Đến sáng sớm ngày hôm sau (03-01-1996), tôi nhìn thấy diagramme chạy không bình thường, tôi nhấn chuông gọi bác sĩ, bác sĩ đến tôi nói: "Có lẽ vừa rồi tôi có cơn đau rất mạnh, xin bác sĩ khám lại dùm tôi". Bà nhìn tôi rồi hỏi: "Bà biết xem biểu đồ sao?". Tôi trả lời dạ biết.

Bác sĩ khám lại và nói: "Cửa mình đã mở 11cm rồi, đưa vô phòng sinh liền". Trước khi rời đi, bà còn dặn dò tôi, nếu cháu sinh ra bình thường, họ sẽ cho tôi ôm cháu, còn không, họ sẽ chụp cho cháu tấm hình và cho cháu vô lồng kính, và đẩy xe đi liền.

Trong phòng này, tôi thấy rất nhiều bác sĩ và học sinh Y khoa thực tập đã đợi sẵn trong đấy. Phải trải qua hơn nửa giờ mới nghe tiếng khóc oa oa của con trai bé nhỏ của tôi, tiếng khóc rất lớn, giọng khỏe, tôi thật ngạc nhiên, vì cháu mới 23 tuần tuổi. Tôi chỉ kịp nhìn con trai bé nhỏ của tôi nằm trên ngực mình chưa đầy một phút, hình dáng nguyên vẹn, tóc đen dày, với khuôn mặt đẹp, thanh tú, rồi Y Tá đẩy cháu ra ngoài vội vã, đưa xuống Pouponnière (phòng chăm sóc cho trẻ sơ sinh).

Tối đó, lần đầu tiên tôi đến thăm con tôi tại một phòng rộng lớn, nơi để các lồng kính, thấy con tôi quá nhỏ so với các cháu khác, tâm rối bời, lòng xót xa quá đỗi. Nhìn tấm giấy nhỏ được dán trên lồng kính, tên con tôi, ngày sinh, chiều cao và trọng lượng. Ôi! Con tôi có 1.5 lb, quá nhỏ bé, lòng lo lắng không yên. Tôi hỏi thăm cô Y Tá, liệu con tôi sống, cháu có theo kịp các cháu cùng tuổi không, cô ấy trả lời: "Nếu cháu sống qua tuần tới, cháu sẽ theo kịp, bà đừng lo".

Tối ngày hôm sau (04-01-1996), đến Pouponnière thăm con trai bé nhỏ của tôi, nhìn con trai mà dường như có ai đang đâm thấu tim mình. Tôi luôn nguyện trong lòng, tôi sẵn sàng đánh đổi tất cả, ngay cả bản thân mình, miễn sao cho con tôi được bình an.

Thấy cô Y Tá như đang giỡn chơi với cái khăn tròn trên vai, tôi hỏi gói gì vậy?, cô ấy trả lời: "Bà đừng quá lo về việc con bà bé quá, để tôi cho bà xem cháu bé này, lúc sinh ra, mới được 24 tuần tuổi, được nuôi trong lồng kính 8 tuần nữa, bây giờ là 32 tuần tuổi, cháu bé đã vượt qua sự nguy hiểm và sống khỏe hiện nay, nhưng còn nhỏ hơn con của bà nhiều, cháu cân nặng đúng 1 lb".

Cô Y Tá vừa nói, vừa mở gói khăn đang ru trên vai cho tôi xem. Oh! Một bé gái người Ấn Độ, có chút xíu, bỏ trên bàn tay chứ mấy, có khuôn mặt già dặn, thật xinh xắn.

Thấy cháu bé gái còn nhỏ hơn con mình, tôi cảm nhận được sự an ủi phần nào. Cô Y Tá nói tiếp: "Tối nay con trai của bà rất khỏe, nó tự thở, không cần trợ máy". Nhìn thấy vậy tôi thật là mừng và yên tâm trở về phòng và đi ngủ.

Khoảng 6 giờ sáng, ngày 05-01-1996, loa phóng thanh nhắn tin: "Bà Thi Binh Pham xuống Pouponnière có chuyện gấp".

Tôi đoán ngay, có chuyện chẳng lành xảy đến cho con trai tôi rồi. Đến nơi, cô Y Tá nói với tôi: "Con bà sắp ra đi, với sức nóng của lồng kính không đáp ứng được với cơ thể của cháu", rồi bà nói tiếp: "Bà là người Công Giáo, vậy chúng ta hãy rửa tội cho cháu, sau đó tôi rút hết dây ra, trao cháu cho bà ẵm" và sau đó, tôi cùng bà, chúng tôi bắt đầu nghi thức rửa tội cho con trai bé nhỏ của tôi.

Bồng con trai bé nhỏ trên tay, nhìn mặt con lần cuối, nước mắt ứa ra, tim tôi như muốn ngừng đập, đau nhói. Con tôi khôi ngô, thân thể đầy đủ, tóc mọc dày, nhưng quá bé nhỏ, lòng tôi như có mũi dao đâm thấu với cơn đau xé lòng, không kìm nỗi hai dòng lệ nóng hổi tuôn tràn trên má. Tôi thì thầm "Con trai nhỏ yêu thương của Mẹ, sao con nỡ bỏ mẹ mà đi hở con, Mẹ làm sao sống nổi đây con?" Một cơn đau quặn thắt trong lòng tôi ập tới.

Trong thâm tâm, lúc nào tôi cũng sẵn sàng đánh cược đời mình để bảo vệ các con, nhưng than ôi! Mọi hy sinh, muôn bề cay đắng, tôi nuốt trọn vào lòng, hầu mong cho các con luôn được khỏe mạnh, yên vui, hạnh phúc, vậy mà... Ôi đau buồn quá! Nỗi buồn đau xé nát tâm can, chỉ riêng mình tôi mang! Chỉ riêng mình tôi, không còn ai.

Buồn quá hóa bệnh, tôi nằm lại bệnh viện cả tháng với sự thương nhớ con quay quắt trong lòng. Phải chi người bác sĩ có trách nhiệm đúng mức trong công việc của bà, biết đâu con tôi lại không sa vào tình trạng tệ hại này. Tôi còn nhớ rõ ràng, đến ngày thứ 10, một đêm tôi đang thiêm thiếp, lòng nhớ con quay quắt, bác sĩ Từ Mỹ Linh, thoa nhè nhẹ vào tay tôi, đánh thức tôi, mở mắt ra, tôi nhìn thấy bà, tôi khóc oà và nói: "Chị đi ra khỏi phòng đi, tôi không muốn nhìn thấy chị, chị đừng để tôi thấy chị nữa. Chị không hoàn thành tốt trong nhiệm vụ của chị . Từ nay về sau, tôi mong chị đừng để xảy ra một trường hợp nào nữa, cho những người mẹ như trong trường hợp của tôi hôm nay. Nói xong, tôi thấy bà ấy đi ra, tôi khóc nức nở và lịm đi.

Lòng tôi luôn thổn thức: "Con trai bé nhỏ của Mẹ ơi, hãy ngủ ngon, an bình bên Chúa. Tạm biệt con trai, Mẹ con ta sẽ gặp lại nhau trong ngày sau cùng. Mẹ yêu con!" Nước mắt chảy thành dòng, buốt nát tim tôi.

Nhìn con lần cuối
(Hình minh họa)

LỜI THƯƠNG CHO CON TRAI NHỎ

Mấy hôm nay, lòng Mẹ buồn, ray rứt
Nhớ con nhiều, Mẹ thao thức thâu đêm
Mang con yêu, niềm mơ ước Mẹ thêm
Cực khổ thế nào, không hề nao núng.

Sinh con ra, Mẹ không được ẵm bồng
Con sải cánh bay xa, ngày lộng gió
Bỏ lại Mẹ, Anh con, niềm nhung nhớ
Mơ ước hoài, có một đứa em trai.

Nỗi buồn của Anh, làm sao con thấu
Nỗi đau của Mẹ, sao cứ vo tròn
Phải chi Mẹ vào viện, sớm trước mấy ngày
Ray rứt này dìm sâu, xốn xang lòng Mẹ.

Mẹ quá buồn đau, nằm luôn trong viện
Hơn một tháng trời, Mẹ nhớ con yêu.
Đời của Mẹ, trải dài bao nhiêu chuyện
Cực khổ nào, Mẹ vẫn cố bước qua
Các con yên vui, Mẹ mừng trong dạ
Khó mà quên cho dấu ấn lần này.

Con linh thiêng, xin con cầu cho Mẹ
Thoát khỏi buồn phiền ám ảnh bấy lâu
Tha cho họ, làm khổ đau cho Mẹ
Nếu biết điều, họ nhận lỗi hôm nay.

(Montréal, 12-12-2024)

Mẹ và con trai lớn (1997)

Việt Khôi ở sở thú Québec

Sinh Nhật Việt Khôi lúc 2 tuổi

ĐẾN MUÔN ĐỜI CON CẢM TẠ ƠN CHÚA

Con luôn cảm tạ Chúa về những ơn lành Chúa đã ban cho con, Chúa đã đồng hành cùng con, hướng dẫn con trong quãng đường tăm tối của cuộc đời con, không có Ngài con biết nương tựa ai? Không có Chúa cho hay, những dấu lén bên ngoài, làm sao con biết được.

Mừng lễ Chúa Phục Sinh, tâm hồn con chiếu sáng, Chúa và mẹ Maria đã thức tỉnh kéo con về, đồng hành, đỡ nâng con, trong bàn tay dịu hiền của Mẹ, giúp con đứng thẳng, chân vững bước trên con đường đầy ánh sáng trước mặt.

Chúa ôi! Muôn vàn cảm tạ Chúa đã bao lần che chở cho con trong cơn giông bão cuộc đời, qua những nghịch cảnh, tai ương, trên những con đường đầy gai góc, hiểm nguy, để rồi con vượt qua tương đối dễ dàng. Tất cả, những gì con có được ngày hôm nay, mọi thứ đều là quà của Chúa thương ban. Nếu có người nào thiếu may mắn, cần chia sẻ, san sớt, xin Chúa hãy lấy bớt của con mà san sẻ cho họ. Con một lòng xin vâng Chúa ơi!

Xin Chúa thức tỉnh những kẻ lầm đường lạc lối, đang chìm trong u mê tăm tối, như Giuda xưa kia đã phản bội Chúa, xin cho họ biết ăn năn, hối cải, tránh xa gian tà tội lỗi.

Xin Chúa ban ơn Bình An cho thế giới này, chiến tranh chấm dứt, người người biết thương yêu nhau, giúp nhau sống trong hạnh phúc.

Xin Chúa đoái thương Quê hương, Dân tộc con, còn đắm chìm trong oan khiên, xin cho đồng bào con được hưởng nền hòa bình chân chính, có một cuộc sống ấm no hạnh phúc, người người biết thương yêu, giúp đỡ lẫn nhau, biết xóa bỏ những tị hiềm, ganh ghét, để cùng nhau xây dựng lại một xã hội tốt đẹp hơn trong tình tương thân, tương ái.

Con luôn tin tưởng và phó thác trong tay Người, Chúa của con!

(Montréal, 10-10-2024)

Muôn đời con cảm tạ ơn Chúa!
(Hình minh họa)

Trường Trung Tiểu Học Sao Mai trước năm 1975

Công viên Dân Chủ, tháng 6 năm 1975

Những ngày rong chơi ở Huế
Từ trái sang: Vũ Thị Vi, Nguyễn Thị Bích Thủy,
Nguyễn Thị Hoài Nguyên (chưa có tin tức)
và Phạm Thị Bình

Nữ sinh Sao Mai (Phạm Thị Bình), lớp 12A1, cây sứ kỷ niệm ở Cổ Viện Chàm

Những ngày rong chơi ở Vĩnh Điện

Đôi bạn thân thương (Nguyễn Thị Thận và Phạm Thị Bình)

Kỷ niệm sau một ngày sinh hoạt của nhóm Thiện Chí
Phạm Thị Bình trên đường trở về nhà
(Hình được anh Bách phối màu)

Hình lưu niệm trước khi rời xa mái trường Sao Mai yêu dấu
với thầy NGÔ KHÔN LIÊU ở Cổ Viện Chàm, tháng 6- 1975
Từ trái sang, hàng đầu: Chính, Bình, Vân, Thu Hà, Hồng Lê, Lệ Thu
Hàng sau: Thu Lan, Chắc, thầy Liêu, Minh Xuân, Nga

Đôi bạn (Nguyễn Thị Thận và Phạm Thị Bình)
rong chơi ở Hội An

MỤC LỤC

Nhân Ảnh
2025

Liên lạc tác giả
Bình Phạm
binhphammontreal@hotmail.com

Liên lạc Nhà xuất bản
han.le3359@gmail.com
(408) 722-5626

www.ingramcontent.com/pod-product-compliance
Lightning Source LLC
LaVergne TN
LVHW020057081026
849580LV00013B/1707